INSIGHT PUBLICA®

INSIGHT PUBLICA®
Nadakkavu, Kozhikode, Kerala, 673011
Tel:0495–4020666
www.insightpublica.com
e-mail: insightpublica@gmail.com
Mazhavillu Enna Nagaram
(Malayalam Poems)
Radhakrishnan Perumbala
First Edition: March 2020
ISBN 978-93-89804-24-9

Printed and Published by
InsightinPublica Printers and Publishers Pvt. Ltd.

മഴവില്ല് എന്ന നഗരം

രാധാകൃഷ്ണൻ പെരുമ്പള

INSIGHT PUBLICA®

കാസർകോട് ജില്ലയിലെ പെരുമ്പളയിൽ ജനനം.
അച്ഛൻ: ഇടയില്ലം മുത്തു നായർ, അമ്മ: മേലത്ത് നാരായണി അമ്മ.

കാസർകോട്ടും തിരുവനന്തപുരത്തുമായി വിദ്യാഭ്യാസം. പത്രപ്രവർത്തകനായും അഭിഭാഷകനായും ജോലി ചെയ്തു.

സമാന്തരം (1995), ഭൂമിയുടെ പൂവുകൾ (2013), പ്രതിപക്ഷം (2016), അകവിത (2019) എന്നീ കവിതാസമാഹാരങ്ങളും ഗാന്ധിയൻ കമ്മ്യൂണിസ്റ്റ് (2014) എന്ന ഡോക്യുഫിക്ഷൻ സിനിമയുടെ തിരക്കഥയുമാണ് പ്രസിദ്ധീകരിക്കപ്പെട്ട മറ്റു പുസ്തകങ്ങൾ.

ഭാര്യ: ഡോ. എം. രമ, മക്കൾ: അനുപമ, ആദിത്യൻ.

വിലാസം : രാധാകൃഷ്ണൻ പെരുമ്പള,
പി.ഒ. പെരുമ്പള,
പിൻ: 671317
കാസർകോട്, കേരളം

ഫോൺ : 9447490964, 9847324748

e-mail : radhakrishnanperumbala@gmail.com

രാധാകൃഷ്ണൻ പെരുമ്പള

ഉള്ളടക്കം

വ്യക്തിസങ്കടങ്ങൾ ഇറ്റുന്ന രാഷ്ട്രീയകവിതകൾ

ഡോ. ടി ടി ശ്രീകുമാർ

കവിതയോടുള്ള അടങ്ങാത്ത അഭിനിവേശം ഉച്ചസ്ഥായിയിൽ നിർത്തി ആത്മപ്രകാശനത്തിന്റെ ഏറ്റവും സമൂർത്തമായ ലാവണ്യസ്വരൂപമായി സ്വന്തം കവിതയെ മനസ്സിലാക്കുന്ന കവിയാണ് രാധാകൃഷ്ണൻ പെരുമ്പള. അദ്ദേഹത്തിന്റെ കവിതകൾ വസ്തുലോകത്തെ പ്രതിഫലിപ്പിക്കാൻ ശ്രമിക്കുന്നവയല്ല, അതിനെ പുനർ നിർമ്മിക്കുന്നവയാണ്. ഈ ലോകവും അതിന്റെ ജീവിതക്രമങ്ങളും തന്റെ അഭിലാഷങ്ങളുടെ പൂർത്തീകരണമല്ലെന്നും താൻ സ്വയം ഇതിൽ അകപ്പെട്ട ഒരു അപരിചിതനാണ് എന്നും പെരുമ്പള തിരിച്ചറിയുന്നു. ആ അപരിചിതത്വം കേവലം ലാവ്യണ്യപരം മാത്രമല്ല എന്ന് അദ്ദേഹത്തിന് അറിയാം. അതുകൊണ്ട് തന്നെ അദ്ദേഹം നിരന്തരം തന്റെ വസ്തുലോകവുമായുള്ള അപരിചിതത്വത്തെ കവിതകളിലൂടെ ചോദ്യം ചെയ്യുന്നു. അതിന്റെ സാമൂഹികവും രാഷ്ട്രീയവുമായ മാനങ്ങളെ യാതൊരു മറയുമില്ലാതെ കവിതയിലേക്ക് കൂട്ടിക്കൊണ്ടു വരുന്നു. അപരിചിതനായ സഹയാത്രികൻ എന്നനിലയിൽ ലോകത്തെ കാണുന്നതാണ് ഏറ്റവും സാഹസികമായ ലാവണ്യാസ്തിത്വം. അത് നൽകുന്ന കാഴ്ചയുടെയും വ്യഖ്യാനങ്ങളുടെയും അസാമാന്യമായ സാധ്യതകൾ ആണ് പെരുമ്പളയുടെ കവിതകൾ ആഘോഷിക്കുന്നത്.

ഈ സമാഹാരത്തിലെ കവിതകൾ യഥാർത്ഥത്തിൽ രണ്ടു സവിശേഷ സ്വഭാവങ്ങൾ പുലർത്തുന്നവയാണ് എന്ന് കാണാം. ചില കവിതകൾ പ്രത്യക്ഷമായി രാഷ്ട്രീയ സൂചകങ്ങളെ സൗന്ദര്യാത്മകമായി ഉപയോഗിക്കുന്നവയാണ്. അവ നേരിട്ട് കാലികമായ ജീവിത – രാഷ്ട്രീയ പ്രതിഭാസങ്ങളെ ആവിഷ്കരിക്കുന്നു. നിരന്തരമെന്നോണം നാം നേരിടുന്ന കയ്പ്പേറിയ ജീവിത സാഹചര്യങ്ങളെ നേർക്ക്നേർ നിർത്തുന്നു. നാം ഒറ്റനോട്ടത്തിൽ കാണുവാൻ വിസമ്മതിക്കുന്ന നമ്മുടെ തന്നെ അപരങ്ങളെ ആഴത്തിൽ പിടിച്ചെടുക്കുന്നു. നമ്മുടെ ഇന്ദ്രിയങ്ങൾ നമ്മിൽ നിന്ന് മറച്ചു പിടിക്കുന്ന ഒരു അതീത യാഥാർത്ഥ്യത്തെ വസ്തുനിഷ്ഠമായി അവതരിപ്പിക്കുന്നു. എന്നാൽ പെരുമ്പളയുടെ മറ്റൊരു കൂട്ടം കവിതകൾ ആത്മത്തിലേക്കുള്ള ശാന്തിയാത്രകൾ കൂടിയാണ്. അവയുടെ കാഴ്ചകൾ, ഇന്ദ്രിയ വിനിമയങ്ങൾ സൂക്ഷ്മങ്ങളാണ്. അവയിലെ സാമൂഹികത നമ്മുടെ ഏറ്റവും വ്യക്തിപരമായ, സ്വകാര്യമായ ഒരു സാമൂഹികതയാണ്. 'നിർണ്ണായകം' എന്ന കവിതയിൽ,

ശാന്തരായ കച്ചവടക്കാർ
അവരുടെ സേവകർ
പലതും വാങ്ങാനെത്തിയവർ
ചുമട്ടുകാർ, കൈനോക്കി ഭാവിപറയുന്നവർ
ആസ്പത്രി, കോടതി, വാഹനങ്ങൾ
കാൽനടക്കാർ
ഓരോ വളവിലും നിരന്നിരിക്കുന്ന
പോലീസുകാർ...
എല്ലാം ശാന്തമാണ്
അശാന്തി എവിടെയുമില്ല

എന്ന് തീർത്തും വസ്തുനിഷ്ഠമായി അശാന്തിയെ ശാന്തി ആയി ആവിഷ്ക്കരിരിക്കുമ്പോൾ 'ഊക്ക്'' എന്ന കവിതയിൽ അത് ആത്മപീഡനത്തിന്റെ നിസ്സംഗതയായി കാണുകയും നാം അങ്ങനെ തന്നെ അതിനെ മനസ്സിലാക്കണം എന്ന് ആവശ്യപ്പെടുകയും ചെയ്യുന്നു. ഇതിൽ അച്ഛനും മകനും യഥാർത്ഥത്തിൽ കവിയും വായനക്കാരും ആണ്:

മയക്കാതെ തന്നെ ഡോക്ടർ
എന്നെ ചെരിച്ച കിടത്തി
പിടിച്ച തിരുമ്മി തോളിന്റെ
കപ്പും സോസറും ശരിയാക്കി.
വേദന കടിച്ച പിടിച്ച്
ഞാൻ കണ്ണടച്ച് കിടന്നു.
"നിനക്ക് നല്ലോണം നൊന്തോ?"
തിരിച്ച വരുമ്പോൾ
അച്ഛൻ ചോദിച്ച.
"ഇല്ല" ഞാൻ പറഞ്ഞു.
"എന്നാൽ എനിക്ക്
സങ്കടമായി"
സങ്കടം മാറ്റാൻ അച്ഛൻ
അടുത്ത ചാരായഷാപ്പിൽ കയറി.
ഷാപ്പിറങ്ങി വീട്ടിലേക്ക്
നടക്കുമ്പോൾ
ഏതോ രഹസ്യം
പിടികിട്ടിയ പോലെ
അച്ഛൻ പറഞ്ഞു:
"എടാ വമ്പാ
അഞ്ഞൂറ് പട്ടയുടെ
ഊക്കാണ് നിനക്ക്".

ഇത്തരത്തിൽ രണ്ടു വൈരുധ്യങ്ങളെ കവിതയിൽ നിരന്തരം വിളിച്ചവരുത്തുന്നു എന്നതാണ് പെരുമ്പളയുടെ കവിതകളെ ധ്വന്യാത്മകവും ചലനാത്മകവും അതേസമയം തന്നെ കാലികാവസ്ഥകളോടുള്ള ശക്തമായ പ്രതികരണങ്ങളും ആക്കി മാറ്റുന്നത്. ഇതേ അനുഭൂതി തന്നെയാണ് 'നഗരങ്ങളുടെ മരണം', 'ശവാസനം' എന്നെ കവിതകൾ താരതമ്യം ചെയ്യുമ്പോഴും നമുക്ക് ലഭിക്കുക. 'മതിപ്പ്' 'പിൻവിളി' തുടങ്ങിയ കവിതകൾ 'ശിക്കാർ' എന്ന കവിതയുമായി ചേർത്ത് വച്ച് നോക്കൂ. എത്ര ആഴത്തിൽ തന്റെ ലാവണ്യ രീതിവിദ്യയെ രണ്ടു വ്യത്യസ്ത രീതികളിൽ പെരുമ്പള തന്റെ കവിതകളിൽ പ്രതിനിധാനം

ചെയ്യുന്ന എന്ന കാര്യം കൂടുതൽ സുവ്യക്തമാവും. ഇത് പെരുമ്പളയുടെ കവിതയുടെ പൊതുസ്വഭാവമാണ് എന്നർത്ഥം. രണ്ടു വ്യത്യസ്തമായ രീതികളിൽ നിരന്തരം യഥാർത്ഥ്യത്തെ പ്രതിനിധാനം ചെയ്യാനു ള്ള നിഗൂഢസ്ഥാനമായി പെരുമ്പള കവിതയെ മനസ്സിലാക്കുകയും ആവിഷ്കരിക്കുകയും ചെയ്യുന്നു എന്നർത്ഥം.

'മഴവില്ല് എന്ന നഗരം' എന്ന കവിതയിൽ നഗരം എന്ന രൂപകത്തെ അതിന്റെ സങ്കീർണ്ണമായ വൈരുധ്യങ്ങളിലൂടെയാണ് പ്രകാശനം ചെയ്യുന്നത്. നഗരത്തിന്റെ സ്ഥായിയായ ഒരു വേവലാതി പോലെ മഴ പെയ്തുകൊണ്ടേയിരിക്കുന്നു. മെട്രോ സ്റ്റേഷനും സിനിമാ ശാലയും പാണ്ടികശാലയും പാർക്കും മദ്യശാലയും വ്യാപാരത്തെരു വും ടൂറിസ്റ്റ് ബംഗ്ലാവും മഴ നനഞ്ഞു പോകുന്ന(വരുടെ) ഒരു ജാഥയും ഒക്കെയായി നഗരം ഒരു ആപത്തിനെ കാത്തുകിടക്കുന്നു. ഒരു മഴ നഗരത്തെ പൊതിഞ്ഞു പെയ്യുന്നു. അനർഥങ്ങളുടെ പ്രവചനങ്ങളിൽ 'മഴവില്ല് എന്ന നഗരം' മരണത്തിന്റെ നഗരവുമായി താദാത്മ്യം പ്രാ പിക്കുന്നു. നമ്മെ ചൂഴ്ന്നു നിൽക്കുന്ന ഒരു വിഷാദത്തിന്റെ രാഷ്ട്രീയമായ സ്ഥലരൂപകമായി ഈ കവിതയിൽ നഗരം മാറുന്നു.

ദീർഘകാലത്തെ കാവ്യാനുശീലനവും കാവ്യസപര്യയും കൊണ്ട് അർത്ഥസമ്പൂർണ്ണമാണ് രാധാകൃഷ്ണൻ പെരുമ്പളയുടെ കവിതാജീ വിതം. വളരെക്കാലമായി അദ്ദേഹത്തെ അറിയുന്ന ഒരു സുഹൃത്തെന്ന നിലയിൽ അദ്ദേഹത്തിന്റെ കവിതകൾക്ക് ഞാൻ അളവറ്റ സന്തോ ഷത്തോടെയാണ് ഈ കുറിപ്പ് എഴുതുന്നത്. ഈ സമാഹാരത്തിലെ കവിതകൾ അവ എഴുതപ്പെട്ട സമയത്ത് തന്നെ ഞാൻ വായിച്ചിട്ടുണ്ട്. അതുപോലെ അദ്ദേഹത്തിന്റെ മുൻ സമാഹാരങ്ങളും വായിക്കാൻ കഴിഞ്ഞിട്ടുണ്ട്. രാഷ്ട്രീയമായ തികഞ്ഞ ജനാധിപത്യവാദിയും ഉൽപ്പ തിഷ്ണുവുമാണ് അദ്ദേഹം. യാന്ത്രികമായല്ലാതെ, തീർത്തും ലാവണ്യപ രമായി, ജൈവപരമായി, തന്റെ രാഷ്ട്രീയനിലപാടുകളെ കവിതയിൽ സന്നിവേശിപ്പിക്കാൻ ശ്രമിക്കുകയും അതിൽ വിജയിക്കുകയും ചെയ്യു ന്നുണ്ട് അദ്ദേഹം എന്നത് നിസ്സാരമായ കാര്യമല്ല. 'യുക്തി', 'പേടി' തുടങ്ങിയ കവിതകളിൽ രാഷ്ട്രീയത്തെ അതിന്റെ സൂക്ഷ്മമായ സന്ദി ഗ്ധതകളിൽ മനസ്സിലാക്കുകയും സംബോധന ചെയ്യുകയും ചെയ്യുന്ന ഒരു കവിയെ നമുക്ക് വളരെ അടുത്ത് കാണുവാൻ കഴിയും. ഈ

സമാഹാരത്തിലെ 'രാഷ്ട്രീയം' എന്ന കവിത ഒരു സ്നേഹാഭിമുഖ്യത്തെ വളരെ subtle ആയി അവതരിപ്പിക്കുന്നുണ്ട്. "പാർട്ടി നിരോധിക്കപ്പെട്ടപ്പോൾ സഖാക്കൾ ഒളിവിൽ പോയി. പാർട്ടി വിജയിച്ചപ്പോൾ ഒറ്റുകാരും പോലീസുകാരും ഒപ്പം കൂടി. പാർടി പിളർന്നപ്പോൾ സഖാകൾ ചേരിതിരിഞ്ഞു തല്ലുകയും പോലീസും ഒറ്റുകാരും അത് പ്രോത്സാഹിപ്പിക്കുകയും ചെയ്തു." ഒടുവിൽ "പാർടി തോറ്റപ്പോൾ പാർട്ടി മാത്രം തോറ്റു" എന്ന് ഒരു തുള്ളി സങ്കടത്തിലേക്ക് പെരുമ്പള തന്റെ കവിതയെ വിരമിപ്പിക്കുന്നു. അതുപോലെ മതാധിഷ്ഠിത ഫാസിസ്റ്റ് രാഷ്ട്രീയത്തിന്റെ നിലപാടുകൾക്കെതിരെ ശബ്ദിക്കുന്ന കവിത കൂടിയാണ് പെരുമ്പളയുടെ കവിതകൾ. 'പൊറുതി', 'മഴ', 'ശവാസനം' തുടങ്ങിയ കവിതകളിൽ ഏറെക്കുറെ പ്രത്യക്ഷമായും മറ്റു പല കവിതകളിലും നിലീനമായും തന്റെ ഫാസിറ്റ് വിരുദ്ധതയുടെ വിശ്വാസ ഭൂമിക അദ്ദേഹം പ്രഖ്യാപനം ചെയ്യുന്നുണ്ട്.

സാമൂഹിക മാധ്യമങ്ങളിലും ഓൺലൈൻ പ്രസിദ്ധീകരണങ്ങളിലും മുഖ്യധാരാ മാധ്യമങ്ങളിലും സ്വീകാര്യമായി തീർന്നിട്ടുള്ളവയാണ് പെരുമ്പളയുടെ കവിതകൾ എന്ന് നമുക്കറിയാം. അദ്ദേഹത്തിന്റെ മറ്റു കവിതാ സമാഹാരങ്ങൾ പോലെ ഈ സമാഹാരവും വായനക്കാർക്ക് കാവ്യാനുഭൂതിയുടെ നവാനുഭവങ്ങൾ നൽകട്ടെ എന്ന് ഞാൻ ആശംസിക്കുന്നു.

മഴവില്ല് എന്ന നഗരം

മഴവില്ല് എന്ന നഗരത്തിൽ
മഴ പെയ്യാനിരിക്കുകയാണ്.

മരക്കൊമ്പുകളിലൂടെ
വീശിയടിച്ച കാറ്റിൽ
മട്ടുപ്പാവുകളിലെ ജനലഴികളിൽ
ഞാത്തിയിട്ട തിരശ്ശീലകൾ
ഇളകിക്കൊണ്ടിരിക്കുന്നു.

വയലറ്റ് എന്ന പാർക്ക്
ഇൻഡിഗോ എന്ന മെട്രോ സ്റ്റേഷൻ
ബ്ലൂ എന്ന സിനിമ കൊട്ടക
ഗ്രീൻ എന്ന മദ്യശാല
യെല്ലോ എന്ന പാണ്ടികശാല
ഓറഞ്ച് എന്ന ടൂറിസ്റ്റു ബംഗ്ലാവ്
റെഡ് എന്ന വ്യാപാരത്തെരുവ്.

എല്ലായിടവും
മഴയുടെ വരവ്
അറിഞ്ഞു കഴിഞ്ഞിരിക്കുന്നു..

ഞാനിപ്പോൾ മെട്രോ സ്റ്റേഷന്റെ
ടെറസ്സിൽ നിൽക്കുകയാണ്
മട്ടുപ്പാവുകളിലെ ജനാലകൾ
ഒന്നൊന്നായി അടഞ്ഞു തുടങ്ങി.

ഞാൻ ലൈറ്റ് ഹൗസിന്റെ
മുകളിൽ കയറി നിന്നു.

പാർക്കിൽ ഉല്ലസിച്ചു കൊണ്ടിരുന്ന
സ്ത്രീ പുരുഷന്മാർ
മഴ നനയാതെ സ്വഭവനങ്ങളിലെത്താൻ
തിടുക്കത്തിൽ തങ്ങളുടെ
വാഹനങ്ങളിൽ കയറിപ്പറ്റുകയായി.

കഫെകളിലും മദ്യശാലകളിലും
ആഘോഷിച്ചു കൊണ്ടിരുന്നവർ
ജാലകത്തിനപ്പുറത്തേക്കു
ആകാംക്ഷയോടെ കണ്ണുയക്കുന്നുണ്ട്.

പാണ്ടികശാലയിൽ ചരക്കുകളെല്ലാം
സുരക്ഷിതമാണെങ്കിലും
നടത്തിപ്പുകാർ ഒന്നുകൂടി
പരിശോധിച്ചുറപ്പിക്കുന്നുണ്ട്.

തെരുവിൽ അപ്പോഴേക്കും
മഴ ആരംഭിച്ചിരിക്കുന്നു.
മഴയിലൂടെ ഒരു ജാഥ
കടന്നു പോകുന്നുണ്ട്.

ജാഥ പോകുന്ന വഴിയിലൂടെ
മഴയും വ്യാപിച്ചുകൊണ്ടിരിക്കുന്നു
മഴ നനഞ്ഞുപോകുന്നവർ
ഉച്ചത്തിലെന്തോ വിളിച്ചു പറയുന്നുണ്ട്
മഴയിൽ അവരുടെ ഒച്ച
കലങ്ങിപ്പോകുന്നുണ്ട്
ചിലരെ കാണാനേ ആകാത്തവിധം
മാഞ്ഞു പോകുന്നുണ്ട്.

ഞാനൊരു മഴക്കോട്ടുമായി
ജാഥയിൽ നടക്കാൻ തുടങ്ങി
മഴ കൊള്ളുന്നവർ
ഞെരിപിരികൊള്ളുന്നുണ്ട്.

അവരിൽ പലരും
മുറിവേറ്റവരായി കാണപ്പെട്ടു.
ജലം പതിയെ നിറം മാറുന്നുണ്ട്
അത് ചുവപ്പായും ചിലപ്പോൾ കറുപ്പായും
തോന്നിക്കുന്നുണ്ട്.

കാറ്റിൽ എന്റെ മഴക്കോട്ട്
പറന്നു പോയിരിക്കുന്നു
ഞാനും മഴ നനയാൻ തുടങ്ങി
ജലം പതിവില്ലാതെ
ദേഹം പൊള്ളിക്കുകയാണ്
ഇതൊരു അമ്ല മഴ പോലെ തോന്നിപ്പിക്കുന്നു.
വായിലൊലിച്ചിറങ്ങി ഇത്
അമ്ലത്തിന്റെയോ രക്തത്തിന്റെയോ
ലവണ രുചി അറിയിക്കുന്നുണ്ട്.

നിങ്ങളിലാരെങ്കിലും
ഈ ജാഥയിലുണ്ടോ ?

സിനിമാക്കൊട്ടകയുടെ
മുന്നിൽ നിൽക്കുന്നവർ
ഏതോ മരണത്തിന്റെ കാര്യമാണല്ലോ
വിളിച്ചു പറയുന്നത്

പുസ്തകശാലയിലിരിക്കുന്നവരിൽ
ഏതു കലാപത്തിന്റെ
ഓർമ്മകളാണ് നിറയുന്നത്

മദ്യശാലയിലിരിക്കുന്നവർക്കു
രക്തത്തിന്റെ രുചി
അറിയുന്നുണ്ടോ?

നിങ്ങളിലാരെങ്കിലും
ഇവിടെ എടുത്തുണ്ടോ ?

പാണ്ടികശാലയ്ക്കടുത്തു കൂടെയാണ്
ജാഥ ഇപ്പോൾ കടന്നു പോകുന്നത്
ഇവിടെയെല്ലാം കുന്നു കൂട്ടിയിരിക്കുന്നത്
ആരുടെ ശവങ്ങളാണ് ?
ഭക്ഷണശാലയിൽ
ഇറച്ചി കടിച്ചു വലിച്ചിരുന്ന ചിലർ
ഛർദിക്കുകയാണോ !

പാർക്ക് വിജനമായിരിക്കുന്നു
മഴ ഇനിയും നിലച്ചിട്ടില്ല
ഇത് മഴവില്ല് എന്ന
നഗരം തന്നെയാണോ;
മരണം എന്ന നഗരം
അപ്പോൾ എവിടെയാണ് ?

നിർണ്ണായകം

അടുത്ത നിമിഷം
ഒരു വെടിപൊട്ടും
എന്നു തോന്നിപ്പോകുന്നു
അല്ലെങ്കിൽ ബോംബുതന്നെ
അതല്ലെങ്കിൽ സായുധരായ
ആൾക്കൂട്ടത്തിന്റെ ആക്രമണം
അതെവിടെ നിന്നുമാകാം.
അത്രയ്ക്കും ശാന്തമാണു തെരുവ്.

ശാന്തരായ കച്ചവടക്കാർ
അവരുടെ സേവകർ
പലതും വാങ്ങാനെത്തിയവർ
ചുമട്ടുകാർ, കൈനോക്കി ഭാവിപറയുന്നവർ
ആസ്പത്രി, കോടതി, വാഹനങ്ങൾ
കാൽനടക്കാർ
ഓരോ വളവിലും നിരന്നിരിക്കുന്ന
പോലീസുകാർ...

എല്ലാം ശാന്തമാണ്
അശാന്തി എവിടെയുമില്ല
അതു പക്ഷേ, തികച്ചും
അസ്വാഭാവികമാണ്
എല്ലാം സംശയാസ്പദം
അതുകൊണ്ട്
അടുത്ത ഓരോ നിമിഷവും
നിർണ്ണായകമാണ്.

കടൽ

കടലോരത്തു കൂടി
വണ്ടിയോടിച്ചു പോകുന്നു
കടലോ, തിരകളടിച്ചു
തുള്ളിച്ചാടുന്നു
തിരിച്ചു നടന്നുവരുമ്പോൾ
കടൽ അടങ്ങിയിരിക്കുന്നു
തിരകൾ ഇളകുന്നുണ്ട്
അപ്പോൾ മാത്രം ജനിച്ച
കുഞ്ഞുങ്ങളെപ്പോലെ
കൈകാലിട്ടടിക്കുന്നവ

കാറ്റിലിളകുന്നത്
കടൽത്തിരകളാണ്
തിരകളെ മാത്രമായി
തൊടാനാവില്ല
കടലിനെ തൊടുന്നവൻ
കാലിനടിയിലെ
മണ്ണു നഷ്ടപ്പെടുത്തുന്നു
തെന്നി നീങ്ങിയ മണൽ
പക്ഷേ കടലെടുക്കുന്നില്ല;
കാല്പാടുകളും.

ഉപേക്ഷിക്കപ്പെടുന്ന വയെയെല്ലാം
ചിപ്പികളെയെന്ന പോലെ
അടുത്ത തിരയിളക്കത്തിൽ
അതു പുറന്തള്ളുന്നു.

വിശുദ്ധപശു

കുപ്പക്കോളനിയിലേക്കുള്ള
വഴിവക്കിൽ
ഒരു കാലി
ചത്തുകിടന്നിരുന്നു.

പട്ടിണിയോ
രോഗമോ പ്രായാധിക്യമോ
ആകാം മരണകാരണം
കറവ വറ്റിയതിനാൽ
ഉടമസ്ഥൻ
ഉപേക്ഷിച്ചതുമാകാമതിനെ.

എന്തുമാകട്ടെ
ആദ്യം കണ്ടതിനാൽ
കുപ്പയിലെ ന്യായമനുസരിച്ച്
ഇറച്ചിയെന്റെ അവകാശമായി
ഞാൻ ഭാര്യയെ വിളിച്ചു;
-"മുഴുവൻ ചീഞ്ഞിട്ടുണ്ടാവില്ല
നല്ലതെടുത്തു
പാചകം ചെയ്യാം
വിശന്നുകരയുന്ന
കുട്ടികൾക്ക് കുശാലാകും
ബാക്കിയുണ്ടെങ്കിൽ
ഉണക്കിവെക്കാം"

അപ്പോഴേക്കും അതുവഴി
മൂന്നുകഴുകന്മാരുടെ
ഒരു സ്ക്വാഡ് വന്നെത്തി.

മനുഷ്യർക്കിടയിൽ
സസ്യാഹാരം പ്രചരിപ്പിക്കുന്ന
ഒരു ദൗത്യത്തിലായിരുന്നു
അവർ.

എന്നെ സമീപിച്ച്
ഒരു ലഘുലേഖ നീട്ടി
അവരുടെ തലവൻ
സൗമ്യമായി പറഞ്ഞു:
"നോക്കൂ മിസ്റ്റർ മാദികൻ
നിങ്ങളെപ്പോലെ
സംസ്കാരസമ്പന്നനായ ഒരാൾ
ഇതുചെയ്യുന്നതു ശരിയോ...
പശു നിങ്ങളുടെ മാതാവെന്നാണല്ലോ
സങ്കല്പിച്ചിരിക്കുന്നത്...
എന്തൊരു മഹാപാപ
കർമ്മത്തിലാണ്
നിങ്ങൾ ഏർപ്പെട്ടിരിക്കുന്നത്."

അതവിടെ കിടക്കട്ടെ
രണ്ടാമൻ ഇടപെട്ടു:
"മനുഷ്യൻ മൗലികമായി
സസ്യാഹാരിയാണ്
നിങ്ങളുടെ ശരീരഘടന
അങ്ങനെയാണ്
പല്ലുകളും ദഹനേന്ദ്രിയങ്ങളും
മാംസഭക്ഷണത്തിനു
ചേർന്നതേയല്ല
ഞങ്ങളുടേതുപോലുള്ള
വളഞ്ഞുകൂർത്ത കൊക്കുകൾ
നിങ്ങൾക്കില്ല."

അപ്പോൾ മൂന്നാമൻ പറഞ്ഞുതുടങ്ങി
- "ഇക്കാര്യത്തിൽ ഞങ്ങളുടെ
അവകാശംകൂടി നിങ്ങൾ
പരിഗണിക്കേണ്ടതുണ്ട്.
മനുഷ്യരെ തിന്നുന്ന
അപൂർവ്വയിനം ജീവികളാണ്,
ഞങ്ങൾ.
ഞങ്ങളുടെ ആഹാരമായ
മനുഷ്യശരീരം
ഇങ്ങനെ പങ്കിലമാക്കി
വെക്കുന്നതുശരിയോ"

ഇത്തരം സന്ദർഭങ്ങളിൽ

ഇത്തരം സന്ദർഭങ്ങൾ
അന്നാട്ടിലുമുണ്ടായോ,
അത്തരം സന്ദർഭമോ
ഇന്നാട്ടിലുമിക്കാലം?
ഇവിടെയെങ്ങും വിഷവാതക
അറയൊന്നും ഇല്ലല്ലോ
ആരുമാരെയും ചുട്ടുകൊല്ലാൻ
കല്പിച്ചതുമില്ലല്ലോ
മാട്ടിറച്ചിതിന്നവരെ
ആൾക്കൂട്ടം കൊന്നതല്ലേ
മുസ്ലീമും ദളിതനും
നിലവിട്ടുകളിക്കുമ്പോൾ
ആൾക്കൂട്ടം ഇളകിയാൽ
ആരെന്തു പിഴയ്ക്കുന്നു.

മതവിരോധികൾ ചിലരല്ലേ
വെടിയേറ്റു മരിച്ചുള്ളൂ
വെടിവെച്ചവരാരെന്നതിൽ
തെളിവൊന്നുമില്ലല്ലോ
കവിതയെഴുതരുതെന്നാരും
പറയുന്നതുമില്ലല്ലോ
അവാർഡുകളുദാരമായ്
കൊടുക്കുന്നതുമുണ്ടല്ലോ
സുന്ദരമാം സംഗീതം
ഇവിടെയെത്രയുമുണ്ടല്ലോ
ഇനിയിപ്പോൾ ഓരോരോ
പഴമകൾ പരതേണ്ട

ഗുജറാത്തും ഗോധ്രയും
ആരിപ്പോൾ ഓർക്കുന്നു!
മാതാവെന്നു കുറിയിട്ടാൽ
മാട്ടിറച്ചി തിന്നാമോ
പാൽകുടിച്ചു ശീലിച്ചാൽ
മനമെല്ലാം തെളിയില്ലേ
വെള്ളരിക്ക തിന്നീടിലും
ദേഹപുഷ്ടിവരികില്ലേ.
ഇത്തരം സന്ദർഭത്തിൽ
അന്നാട്ടുകാർ എന്തുചെയ്തു
അവരെല്ലാം അച്ചടക്കം
പാലിച്ചുകഴിഞ്ഞില്ലേ
രാഷ്ട്രീയം മതിയാക്കി
മാപ്പെഴുത്തി നൽകിയില്ലേ
അടങ്ങാത്തവർ അകത്തായി
ആവിയായി തീർന്നില്ലേ

എല്ലാവർക്കും യഥേഷ്ടമായി
വെള്ളരിക്ക ലഭിച്ചില്ലേ
ദേശീയ വികസനം
പരിപൂർണ്ണത വന്നില്ലേ
അന്നാട്ടിൽ അക്കാലം
അവസാനനീക്കത്തിൻ
സഹികെട്ട ജനക്കൂട്ടം
ഒരുവനെ കൊലചെയ്ത്
തലകീഴായ് തൂക്കിയതും
മറ്റവനോഗതിയറ്റ്
വിഷംതിന്നുമരിച്ചതും
ആരുമേ ഓർക്കുന്നില്ല
ഇത്തരം സന്ദർഭത്തിൽ
നമ്മളാരും പറയുന്നില്ല.

അണക്കെട്ട്

അണക്കെട്ട് പൊട്ടുന്ന കാര്യം
കുറേയായി പറഞ്ഞു കേൾക്കുന്നു.

വിദഗ്ധരും അവിദഗ്ധരും
പറയുന്നുണ്ടത്
പൊട്ടാനും പൊട്ടാതിരിക്കാനും
സാധ്യതയുണ്ടെന്ന്
പതിവുപോലെ വിദഗ്ധർ.

ഉറപ്പായും പൊട്ടുമെന്നും
അതല്ല ഉറപ്പായും പൊട്ടില്ലെന്നും
അവിദഗ്ധരിൽ രണ്ടു വിഭാഗങ്ങൾ.

പൊട്ടാതിരുന്നാൽ കൊള്ളാം
പൊട്ടിയാലോ!
പഴയ കാലാവസ്ഥയല്ല
വിദഗ്ധരുമല്ല.

മഴ ഏതുസമയത്തും
പെയ്യാനും പെയ്യാതിരിക്കാനും
സാധ്യതയുണ്ടെന്നത്
പുതിയ കാര്യമല്ല.

കനത്ത മഴ വന്നാൽ
ഉരുൾ പൊട്ടലാണു പിന്നെ
ഭൂകമ്പ സാധ്യതയുള്ള
മേഖലയുമായാലോ?

താഴ്‌വരയിൽ പാർക്കുന്നവരെ
എങ്ങനെ രക്ഷിക്കും
ആരു രക്ഷിക്കും!

അവരുടെ വീടുകൾ കെട്ടിടങ്ങൾ
റോഡുകൾ പാലങ്ങൾ പട്ടണങ്ങൾ
കൃഷി കന്നു കാലികൾ...

അവർക്ക് സ്വയം
രക്ഷപ്പെടണമെന്നൊന്നുമില്ല
പഴയ ആളുകളല്ല
ആയിരം കാര്യങ്ങളാണ് തലയിൽ
ശരിക്കുമാലോചിച്ചാൽ
പുതിയ അണക്കെട്ടുമാത്രമാണു
പോം വഴി.

പക്ഷേ, അതുമായി അങ്ങോട്ടുചെന്നാൽ
ആളുകൾ പണിനോക്കാൻ പറയും
സർക്കാർ അനങ്ങുന്ന
ലക്ഷണമൊന്നുമില്ല
സമരമൊന്നും നടക്കില്ല.
പാർട്ടിക്കാരെ യൊന്നും
ഇതിനിടയിൽ കിട്ടില്ല,
പഴയ പാർട്ടിയല്ല.

എന്തെങ്കിലും നടക്കണമെങ്കിൽ
വേറെ വഴിയാലോചിക്കണം
പഴയ സ്ഥലമല്ല എപ്പോഴും
കുഴപ്പമുള്ള ഏരിയയാണ്
പിടിച്ചു പറിയും കൊലപാതകവും
നിത്യസംഭവമാണ്
പെണ്ണുങ്ങളെ കൂട്ടാൻ പറ്റില്ല.

അസമയത്ത് അവിടെയൊന്നും
പോകാനേ പറ്റില്ല.

പഴയ ലോകമല്ല
എയിഡ്സിനും മറ്റുമല്ലാതെ
ഇപ്പോൾ ഫണ്ടൊന്നും വരുന്നില്ല.

പഴയ കാലമല്ല
കട്ടൻ ചായയും പരിപ്പുവടയും കൊണ്ട്
പണിയെടുക്കാനാവില്ല.

എളുപ്പമുള്ള കാര്യമല്ല
പഴയ സാഹചര്യമല്ല
വീടും കുടിയും വിട്ട്
അങ്ങനെ
എന്നും കുന്നും
എനിക്ക്
ഇറങ്ങി വരാനാവില്ല.

പഴയവസ്തുക്കൾ

പഴയ വസ്തുക്കളോടൊരു കമ്പം
എനിക്കു പണ്ടേയുള്ളതാണ്.

പഴയ നാണയങ്ങൾ
ശില്പവേലകൾ, പത്രമാസികകൾ,
പലതരം കളിപ്പാട്ടങ്ങൾ...
അങ്ങനെ പലതും ധാരാളമായി
ഞാൻ ശേഖരിച്ചുവെച്ചിട്ടുണ്ട്.

പഴങ്കഥകൾ കേൾക്കാതെ
ഞാൻ കുട്ടിക്കാലത്ത്
ഉറങ്ങാറില്ലായിരുന്നുവെന്ന്
അമ്മ പറഞ്ഞത് ഓർക്കുന്നു.
വീട്ടിൽ പൊട്ടാതെ ശേഷിച്ചിരുന്ന
പഴയൊരു സ്ലേറ്റിലാണ്
ഞാൻ എഴുതിപ്പഠിച്ചത്.

പഴഞ്ചൊല്ലുകളിലെ
ഗുണപാഠങ്ങൾ കേട്ടാണ്
ഞാൻ നല്ലൊരാളായി വളർന്നത്
പഴയത് സ്വർണ്ണമാണെന്ന്
ആർക്കാണറിയാത്തത്!
വളർന്നപ്പോഴും ഞാൻ
പഴമയെ നെഞ്ചേറ്റിയാണ്
ജീവിച്ചത്.

പഴയ ആചാരങ്ങൾ,
വിശ്വാസങ്ങൾ പുരാണങ്ങൾ,
ചികിത്സാമുറകൾ എല്ലാം
മൂല്യവത്താണെന്ന് ഞാൻ
മനസ്സിലാക്കി.

നല്ല കവികളൊക്കെ
പണ്ടുള്ളവരല്ലേ;
പഴയ രാഷ്ട്രീയക്കാരോളം
മഹത്വമുള്ളവരായി
ആരുണ്ടിവിടെ?

പഴയ പാലങ്ങൾ
അണക്കെട്ടുകൾ ഒക്കെ
പൊട്ടാതെ കിടക്കുന്നത്
ആരുടെയും കണ്ണുതുറപ്പിക്കും.

എന്റെ വീടുതന്നെ
എത്രയോ പഴയതാണ്
പഴയ സാധനങ്ങൾ
നിറയെയുണ്ടിവിടെ
എന്റെ ജീവിതത്തിന്റെ
ആകെ സമ്പാദ്യങ്ങളായി,
സമയം കിട്ടുമ്പോഴൊക്കെ
ഞാൻ ഓരോന്നുമെടുത്ത്
തുടച്ചുവെക്കും.

എന്റെ വീടൊരു
പുരാവസ്തു കേന്ദ്രമാണെന്ന്
ചിലർ പറഞ്ഞത്
ഒരു അംഗീകാരമായിട്ടാണ്
ഞാൻ കരുതുന്നത്.

ഇന്നുകാലത്ത് വരാന്തയിലിരുന്ന്
ഞാൻ ചില പഴയ പാത്രങ്ങൾ
തുടച്ചു വെക്കവേയാണ്
അക്രിക്കാരൻ വന്നത്.
-"പഴയ സാധനങ്ങൾക്ക്
മാർക്കറ്റ് കുറവാണെങ്കിലും
ഞാൻ നല്ല വില തരാം"
പടികൾ കയറികൊണ്ട്
അയാൾ പറഞ്ഞു.

-"ഇതൊന്നും
വിൽക്കാൻ വച്ചതല്ല"
ഞാൻ സൗമ്യമായി പറഞ്ഞു.

- "അങ്ങനെ പറ്റില്ലല്ലോ
ഇത്രയൊക്കെയുള്ള സ്ഥിതിക്ക്
ഒന്നുമില്ലാതെ ഞാനെങ്ങനെ
തിരിച്ചുപോകും"
വിടാൻ ഭാവമില്ലെന്ന മട്ടിൽ
വലിയൊരു സഞ്ചി തുറന്നുപിടിച്ച്
അയാൾ നില്പായി
അയാളുടെ സഞ്ചി എന്നെ
വല്ലാതെ ആകർഷിച്ചു.

സവിശേഷമായ
പഴയൊരു തുകൽ സഞ്ചിയായിരുന്നു അത്
ഞാൻ അതുവരെ അത്തരമൊന്ന് കണ്ടിട്ടില്ല.

- "എന്നാൽ എന്നെത്തന്നെ
എടുത്തോളൂ"
ഏതോ പ്രേരണയാലെന്നപോലെ
ഞാൻ ആ സഞ്ചിയിലേക്കു പ്രവേശിച്ചു.

ഊക്ക്

സ്ക്കൂൾ മുറ്റത്ത് കളിച്ച് വീണ്
കൈ പൊളിഞ്ഞ എന്റെ
എക്സ്-റേ നോക്കി
നാഗരാജ ഡോക്ടർ പറഞ്ഞു:
"തോളിന്റെ ഏപ്പ്
എളീറ്റിണ്ട്, സരിയാവും
പക്ഷേങ്കില്, പെയിന്ണ്ടാവും
ഇവൻ ബൊമ്പ്യെ ഇട്ടുവോ?"

അച്ഛൻ ഉറപ്പില്ലാതെ
എന്നെ നോക്കി.
ഒബ്സർവ്വേഷൻ കട്ടിലിൽ
ഞാനും സംശയാലുവായി.
"ബേജാറക്കണ്ട"
ഡോക്ടർ പറഞ്ഞു,
"ഒറക്കിന് മരുന്ന കൊടുക്കാം"

എന്റെ അരക്കെട്ടിൽ
സൂചികുത്തിക്കയറ്റി
സൗമ്യനായി ഡോക്ടർ പറഞ്ഞു:
"ആള്ള ബംബനല്ലാ
കളിമാഡി ക്ഷീണിസതല്ലാ
ഒറങ്ങിക്കോ"
ഏറെ നേരം
കാത്തു കിടന്നിട്ടും എനിക്ക്
ഉറക്കം വന്നില്ല.
"ഇവൻ ആള് ജോറ്"

സമയം കഴിഞ്ഞിട്ടും
ഉറങ്ങാതെ കണ്ണുമിഴിച്ച്
കിടക്കുന്ന എന്നെനോക്കി
ഡോക്ടർ കൗതുകം കൊണ്ടു.
"എനിക്ക് ഫസ്റ്റിലേ
ഡൗട്ടുണ്ടായിന്
അയിനക്കൊണ്ട് മരുന്ന് ഓവർഡോസ്
കൊടുത്തിറ്റുണ്ട്
എനി കൂട്ടാൻ പറ്റില്ല"
മയക്കാതെ തന്നെ ഡോക്ടർ
എന്നെ ചെരിച്ചു കിടത്തി
പിടിച്ചു തിരുമ്മി തോളിന്റെ
കപ്പും സോസറും ശരിയാക്കി.
വേദന കടിച്ചു പിടിച്ച്
ഞാൻ കണ്ണടച്ച് കിടന്നു.

"നിനക്ക് നല്ലോണം നൊന്തോ?"
തിരിച്ചു വരുമ്പോൾ
അച്ഛൻ ചോദിച്ചു.
"ഇല്ല" ഞാൻ പറഞ്ഞു.
"എന്നാൽ എനിക്ക്
സങ്കടമായി"
സങ്കടം മാറ്റാൻ അച്ഛൻ
അടുത്ത ചാരായഷാപ്പിൽ കയറി.

ഷാപ്പിറങ്ങി വീട്ടിലേക്ക്
നടക്കുമ്പോൾ
ഏതോ രഹസ്യം
പിടികിട്ടിയ പോലെ
അച്ഛൻ പറഞ്ഞു:
"എടാ വമ്പാ
അഞ്ചൂറ് പട്ടയുടെ
ഊക്കാണു നിനക്ക്".

ഭൂമി

ഭൂമിയുണ്ടായിരുന്നു,
അതു വിറ്റു
സത്രത്തിൽ പാർക്കുന്നു.

അച്ഛനോ അമ്മയ്ക്കോ
ഇഷ്ടദാനം ലഭിച്ചതായിരുന്നു
ഭൂമി.
കുന്നും വയലും
നീർച്ചോലകളും
മരങ്ങളും
ഇടയിലൊരു കാവും
ഒക്കെയായി.
അച്ഛന്റെ വിരൽത്തുമ്പിൽ തൂങ്ങി
അതിന്റെ അതിർത്തികൾ
കണ്ടിരുന്നു.

അമ്മ പറഞ്ഞു
നമ്മുടെ ജീവനാണു ഭൂമി
അതു നശിപ്പിച്ചുകൂടാ.
പൂവുകൾ മനോഹരമത്രേ
ഞാൻ ശ്രദ്ധിച്ചിട്ടില്ല
പക്ഷികൾ പാടുകയാണത്രേ
എനിക്ക് തോന്നിയിട്ടില്ല.

അച്ഛൻ കൃഷി ചെയ്തു
ആയകാലത്ത്
കൃഷികൊണ്ട് കഴിഞ്ഞു
അച്ഛന്റെ കൃഷി പിന്നെ മുടങ്ങി.

എനിക്ക് കൃഷി
വലിയ നഷ്ടമായി
ഞാനപേക്ഷിച്ചു
അല്ലെങ്കിലുമത്
വല്ലാത്ത ഭൂമി.

കുണ്ടും കുഴിയുമായി
കാടു മൂടി
പാമ്പും പെരുച്ചാഴികളും നിറഞ്ഞ്
നിരപ്പില്ല റോഡില്ല.

കമ്പനിക്കാർ വന്നപ്പോൾ
അവർക്ക് പാട്ടത്തിന് കൊടുത്തു
നൂറുവർഷത്തേക്ക്.

കമ്പനിക്കാർ മരുന്നോ വിഷമോ
ഉണ്ടാക്കി വിറ്റു
അവരോടു പാട്ടംപിരിച്ച്
ചെലവു കഴിച്ചു
അതു പോരാതായപ്പോൾ
കുന്നിടിച്ച് മണ്ണു വിറ്റു.

അച്ഛനമമ്മയും പോയതോടെ
അലമ്പു തീർന്നു
വീടടക്കം ഭൂമി വിൽക്കാനുറച്ചു
വില്പനയാലോചിക്കുമ്പോഴേക്കും
കമ്പനിക്കാർതന്നെ വാങ്ങാനെത്തി
കച്ചവട മുറപ്പിച്ചു.

ആധാരവും പ്രമാണവും
അവർതന്നെയുണ്ടാക്കി
ഒപ്പിട്ടു കൊടുത്തു പണം വാങ്ങി

വീടൊഴിഞ്ഞു പുറപ്പെട്ടു.
എനിക്കു പിറക്കാൻ
മക്കളില്ല
അവർക്കു പാർക്കാൻ
ഭൂമിയും വേണ്ട.

ഒറ്റത്തടി
മുച്ചാൺ വയറ്
ഭൂമി വിറ്റ പണം
കീശയിലുണ്ട്
പണം തീർന്നാൽ
ഞാനും തീരും.

വീട്

“പുറത്തുപോകുമ്പോൾ
വീടു പൂട്ടാൻ മറക്കരുതേ”
അവധിക്ക് തറവാട്ടിലേക്ക്
കുട്ടികളുമൊത്ത് പുറപ്പെടുമ്പോൾ
ഭാര്യ ഓർമ്മിപ്പിച്ചു.

“നിങ്ങൾ മറക്കും
അങ്ങനെയൊരു ശീലമില്ലല്ലോ”
എന്റെ മൗനം ഇഷ്ടമാകാതെ
കുറ്റപ്പെടുത്തുന്ന സ്വരത്തിൽ
അവൾ പറഞ്ഞു.
“കള്ളന്മാരുടെ കാലമാണ്
ആളുകൾ എന്തും കക്കും
ഗേറ്റും തുറന്നിടേണ്ട.”

“ഇല്ല. മറക്കില്ല.
എല്ലാം പൂട്ടിയിട്ടുകൊള്ളാം”
“ഞാനില്ലാത്ത നേരം
കണ്ടവരെയെല്ലാം കൂട്ടി
കയറി വരുമായിരിക്കും
പിന്നെ പറയേണ്ടതുമില്ല”
അവൾ വിടുന്ന മട്ടില്ല.

“രണ്ട് ദിവസമല്ലേയുള്ളൂ
അപ്പോഴേക്കും നീ എത്തില്ലേ”

"ജനൽ തുറക്കുകയേ ചെയ്യരുത്
പൊടികൊണ്ട് രക്ഷയുണ്ടാവില്ല.
എല്ലാം അടിച്ചു തുടച്ചു
കഴുകിയതാണ്
എനിക്കു കഴിയില്ല
വന്നയുടനെ വീണ്ടും..."
ഒരു വിധത്തിൽ അവൾ
ഇറങ്ങിപ്പോയി.

ഗേറ്റും ജനവാതിലുകളും
എല്ലാം കൊട്ടിയടച്ചു താഴിട്ടു.
പക്ഷേ പലരേയും
പുറത്തു നിർത്താനായില്ല.

ഒറ്റക്കായപ്പോൾ
അവർകയറിവന്നു ഒന്നൊന്നായി
ഓർമകളിൽനിന്ന്
ബാല്യകൗമാരങ്ങളിലെ സഖാക്കൾ
എന്റെ തന്നെ മറുപിറവികൾ
സ്വപ്നങ്ങളിൽനിന്ന്
കാമിനിമാർ
ലഹരിയുടെ മാലാഖമാർ
കവിതയിൽനിന്ന്
കല്പനകളുടെയും കലാപത്തിന്റെയും
ഗറില്ലകൾ.

അവർ വീട്ടു പകുത്തെടുത്തു
വീടിന് അവരുടെ
ഗന്ധവും നിറവും ഭാഷയുമായി.

ഇരുട്ട്

ഇരുട്ടിൽ കഴിയുന്ന
കാലത്ത് ഇരുൾ തന്നെ
ശ്വസിച്ചും കുടിച്ചും നാം
ജീവനെ പുലർത്തുന്നു.

വെളിച്ചം വരുമെന്ന
കേട്ടുകേൾവി മാത്രം
പ്രതീക്ഷ അർപ്പിക്കുക
മറ്റൊരു നേരംപോക്ക്

വെളിച്ചം എന്താണത്
കണ്ടവരാരാനുമീ
കറുത്ത ഗുഹയ്ക്കക-
ത്തെങ്ങാനുമിരിപ്പുണ്ടോ

ഇരുട്ടിലൊന്നും കാണാ-
നൊക്കുകില്ലൊന്നും മെയ്യാൽ
തട്ടിയും തടഞ്ഞുമാ-
ണൊക്കെയുമറിയുന്നു.

തൊടുന്നു കൽഭിത്തിയെ
തണുത്ത മൺപുറ്റിനെ
ഉഗ്രമാം ഫണം നീർത്തി
ചീറ്റുന്ന സർപ്പങ്ങളെ

ഉടൽതൊട്ടറിയുന്നു
സ്ത്രീകളെ പുരുഷരെ

കടിച്ചുകീറിത്തിന്നും
കാമത്തെ മരണത്തെ

ഇരുട്ടിലെല്ലാം കേൾക്കാം
പ്രകൃതീരവങ്ങളും
സുന്ദരമസുന്ദര-
മജ്ഞാത ശബ്ദങ്ങളും
നോവിന്റെ ഞരക്കവും
വിങ്ങലും നെടുവീർപ്പും
ഇരുണ്ടകാലത്തിന്റെ
മൗനവും കവിതയും.

വികസനം

തന്റെ റിപ്പബ്ലിക്കിൽ
കവിത നിരോധിച്ചതിനുശേഷം
പ്രസിഡണ്ട്
സംശയനിവാരണത്തിനായി
ശിങ്കിടി മുഖ്യന്റെ
ഉപദേശമാരാഞ്ഞു:

- "വികസനത്തിനു തടസ്സമായി
ഇനിയും വല്ലതുമുണ്ടോ?"

- "ഒന്നുമില്ല; ഇതു ധാരാളമായി"
ഉപദേശി പറഞ്ഞു.

- "അപ്പോൾ സ്വപ്നങ്ങൾ,
പ്രണയം, അഗമ്യഗമനം
നാടകം, നൃത്തം, സിനിമ
സംഗീതം, ചിത്രശില്പവേലകൾ
പഴഞ്ചൊല്ലുകൾ കടങ്കഥകൾ
അട്ടിമറിസ്മരണകൾ, മദ്യം, മയക്കുമരുന്ന്
ആദിവാസികൾക്കും പ്രകൃതിക്കു
മനുകൂലമായ പ്രസ്താവനകൾ...?"
പ്രസിഡന്റിനു സംശയം തീരുന്നില്ല.

- "ഇതെല്ലാം കവിതയുടെ
നിർവ്വചനത്തിൽപ്പെടുത്തി
വ്യാഖ്യാനിക്കാവുന്നവയാണ്.
അതിനായി ചട്ടങ്ങളുണ്ടാക്കി

ഉത്തരവിറക്കിയാൽമതി
കണ്ടുകെട്ടി സീൽ ചെയ്യാം"
ഉപദേശി വിശദീകരിച്ചു.

- "അങ്ങനെയെങ്കിൽ ഇതൊന്നും
നമുക്കും ലഭ്യമാകില്ലേ?"
പ്രസിഡന്റിന് പിന്നെയും സംശയം.

- "അതിനു പിന്നെ വകുപ്പില്ലാതിരിക്കുമോ"
ഉപദേശി കണ്ണിറുക്കി സമാധാനിപ്പിച്ചു.

- "നിയമപരമായാണെങ്കിൽ
വേറെയും വഴികളുണ്ട്.
കവിതയുടെ അംശം കുറവായവ
അനുവദിക്കാം
പരിധി പ്രഖ്യാപിച്ചാൽ മതി
പരിശോധിച്ച് സർട്ടിഫിക്കറ്റുനൽകാൻ
തഹസിൽദാറെ അധികാരപ്പെടുത്താം."

ശീർഷാസനം

മൊബൈലിൽ പകർത്തിയ
വീടിന്റെ ഫോട്ടോ
ഒരു കുസൃതിക്ക തലതിരിച്ചിട്ട്
അമ്പുവിനെ കാണിച്ചു.

വൈകിട്ട് ഓഫീസ് വിട്ടു
വരുമ്പോഴേക്കും
അവൻ വീട് ഫോട്ടോയിലേപ്പോലെ
മറിച്ചിട്ടിരിക്കുന്നു.

മുറ്റവും തറയും മുകളിലാണ്
മേൽക്കൂരയും മുറികളും താഴെ
ഗേറ്റിൽ നിന്നിരുന്ന അവൻ
ഓരോന്നു
കാണിച്ചുതരികയായി
ടി.വി. സ്റ്റാന്റ്, ടീപ്പോയി
ഡൈനിങ് ടേബിൾ...

അടുക്കളയിൽ അവന്റെ അമ്മ
കാലോടിഞ്ഞ്
തലകുത്തിനിന്ന്
പാചകം ചെയ്യുന്നു.

അവനിപ്പോൾ
കുത്തിയിരുന്ന്
നേരിട്ട് യഥേഷ്ടം
മുലകുടിക്കാം.

മഴ

ഒരു വിശുദ്ധ മഴവിന്റെ
മുനയാണു ഞാൻ.

തിളക്കമുള്ളത്
അപ്പപ്പോൾ രാഗിമിനുക്കപ്പെട്ടത്
സ്നേഹലേപനം കൊണ്ട്
മൂർച്ചയേറിയത്
ഞാൻ തൊടുമ്പോൾ
ചോരപൊടിയുന്നുവെന്നോ?

അതെന്റെയടുപ്പത്തിന്റെ
തീവ്രതകൊണ്ടാണ്.

ചോരയെനിക്കിഷ്ടമാണ്,
ജീവനോളം,
അടങ്ങിയിരിക്കാനാവില്ലെയെനിക്ക്,
അടക്കമില്ലായ്മയിലാണെന്റെ
അടക്കമത്രയും.

ചുഴറ്റിവീശുകയാണെന്നെ
ഒരു വരിഷ്ഠഹസ്തം
ആഞ്ഞുപതിക്കാനെനിക്ക്
ഏറെയാവേശം.

ഛേദിക്കപ്പെടട്ടെ
നിലംപതിക്കട്ടെ
കൊമ്പുകൾ,

കൈകാലുകൾ
ശിരസ്സുകൾ...

മാറിയകന്നു പോവുകയാണോ
മനുഷ്യരേ മരങ്ങളേ
ജീവജാലങ്ങളേ നിങ്ങൾ
എന്നെക്കാണുമ്പോൾ...

നാട്ടുണ്ടാക്കിയതു ഞാനല്ലോ
ഞാൻ തന്നെയല്ലേ ഭരിക്കേണ്ടതും
സമഭാവനയാണെനിക്ക്
ഞാൻ തന്നെയാണു, മതം, രാഷ്ട്രീയം
ദേശമഹിമ, മഹാകലി.

പൊറുതി

അറവുശാലയുടെ
പിന്നാമ്പുറത്താണ്
എന്റെ പൊറുതി.
ഒറ്റമുറിയുടെ ജനാല തുറന്നാൽ
എന്നും കശാപ്പുകാണാം
അറുക്കാൻ കൊണ്ടു
നിർത്തിയിരിക്കുന്ന
ആടുമാടുകളുടെ വെപ്രാളം,
കഴുത്തിൽ കത്തി താഴുമ്പോഴുള്ള
അവയുടെ പിടച്ചിൽ,
മുറിവിൽ നിന്നുചീറ്റുന്ന ചോര...

എനിക്കിതൊക്കെ
ശീലമായിരിക്കുന്നു, സന്തോഷവും.
പണിയില്ലാത്ത ദിവസങ്ങളിൽ
ഞാൻ ജനാലയ്ക്കലിരുന്നിതു
കണ്ടുകൊണ്ടിരിക്കുന്നു.

അറവുകഴിഞ്ഞ്
തോലു വലിച്ചുരിയെടുക്കുന്നത്
ഇറച്ചി വേർതിരിച്ച്
എല്ലു പുറത്തെടുക്കുന്നത്
വലിയ മരക്കുറ്റി മേൽവെച്ച്
കൊത്തിയരിയുന്നത്...
എല്ലാം കണ്ട് ഞാൻ
സമയം മറന്ന്
ഇവിടെയിങ്ങനെയിരിക്കുന്നു

എല്ലും തോലും കുടൽ മാലകളും
എന്റെ ചുവരിന്റെ
പള്ളയിൽതന്നെയാണ്
കുന്നുകൂടുന്നത്.
തെരുവുപട്ടികളും
കാക്കകളും കഴുകുകളും
അവ കൊത്തിവലിക്കാൻ വരും
ബാക്കിയായവ ചീഞ്ഞഴുകും
എന്നാലും, എനിക്ക്
പ്രയാസമൊന്നുമില്ല.

പുറംതോലുരിഞ്ഞ്
കാലും തലയും വേർതിരിച്ച്
തൂക്കിയിട്ടാൽ
എല്ലാ ഇറച്ചിയും
ഒരുപോലെയാണ്;
ആടും മാടും പട്ടിയും
പന്നിയും നരിയും നരനും
വ്യത്യാസമില്ല.

മിണ്ടാതെ കണ്ടിരുന്നാൽ
അങ്ങുമിങ്ങും തെറിച്ച
ഇറച്ചിത്തുണ്ടുകൾ
എനിക്കുവാരിയെടുക്കാം
കാശോ കണക്കോയില്ലാതെ
എനിക്കു മൃഷ്ടാന്നമാകാൻ
മതിയാകുമത്.
അറവുശാലയുടെ
പിന്നാമ്പുറത്തല്ല
അറവ് തന്നെയാണ്
എന്റെ പൊറുതി;
എന്റെ നിലനിൽപ്പും
പ്രതീക്ഷയും.

ആനന്ദം

അച്ഛനില്ലാത്തവരുടെ
ആനന്ദങ്ങൾ
എന്നെ കൊതിപ്പിച്ചിട്ടുണ്ട്
അതിരില്ലാത്ത അവരുടെ ലോകം
അസൂയാർഹമായ സഞ്ചാര വഴികൾ.

മണിയന് അച്ഛനുണ്ടായിരുന്നില്ല
അവന്റെ അവിവാഹിതയായ
അമ്മയ്ക്ക്
കോളനിയിലെത്തിയ
സർക്കാരിന്റെയോ
ദൈവത്തിന്റെയോ
ജീവകാരുണ്യത്തിന്റെയോ
ആളുകൾ സമ്മാനിച്ച
ആനന്ദമായിരുന്നു അവന്റെ ജന്മം.

അമ്മ ക്ഷയം പിടിച്ച്
മരിച്ചതോടെ
അവനെ സ്കൂളിൽ ചേർക്കാൻ
ആളില്ലാതായി
അങ്ങനെ അവൻ രക്ഷപ്പെട്ടു
ഞങ്ങൾ പുസ്തകഭാരവും
ചുമന്ന് ഏന്തിവലിഞ്ഞ്
സ്കൂളിലേക്ക് നടക്കുമ്പോൾ
അവൻ ആശുപത്രി മതിലിൻമേൽ
കയറിയിരുന്ന്
ആകാശത്തേക്ക് പുകയൂതി വിടുന്നു.

അനസിന്റെ അച്ഛൻ
അവനെ
അമ്മയോടൊപ്പം
ഉപേക്ഷിച്ചുപോയതാണ്
മൂന്നാം ക്ലാസ്സിൽ തോറ്റതിൽ പിന്നെ
അവന് സ്ക്കൂളിൽ
വരേണ്ടി വന്നില്ല.

പട്ടണത്തിൽ ഐസ്ക്കണ്ടി
വിൽക്കുന്ന അവൻ
കൂളിങ്ങ് ഗ്ലാസുമിട്ട്
സൈക്കിളിൽ വിലസുന്നു.

അപ്പുവിന്റെ അച്ഛൻ
ഷാപ്പിലെ കശപിശയിൽ
കൊല്ലപ്പെട്ടതാണ്
മുഴക്കുടിയനായിരുന്ന അച്ഛനെ
പലപ്പോഴും അനുഗമിച്ചിരുന്ന
അവന് ഇപ്പോൾ
അച്ഛന്റെ കൂട്ടുകാരുടെ
കൂട്ടാണ്.

വേണുവിന്റെ അച്ഛനെ
അമ്മ വിഷം കൊടുത്തു കൊന്നതാണ്
അമ്മയുടെ ലോഹ്യക്കാരൻ
പണച്ചാക്കുമായി
കൂടെയുള്ളതു കൊണ്ട്
അവന്റെ സ്ഥിതി കുശാലാണ്.

ഗണേശന്റെ അച്ഛനും അമ്മയും
കടം കയറി തൂങ്ങി മരിച്ചതാണ്.

അന്ന് സ്ക്കൂളിൽ വന്നതുകൊണ്ട്
അവൻ ബാക്കിയായി
നാടുവിട്ട ഗണേശൻ ഇന്ന്
മുംബൈയിൽ രാജാവാണ്.

അച്ചനമമ്മയും കാവൽ നിൽക്കുന്ന
സന്തുഷ്ട കുടുംബങ്ങളിൽ നിന്നുള്ള
ഞങ്ങൾക്ക്
എപ്പോഴും പരീക്ഷയാണ്.

പഠിച്ച തീരാത്ത
പാഠങ്ങളുമായി
ആനന്ദരഹിതരായി
ഞങ്ങൾ
ക്ലാസ്സിലിരിക്കുന്നു.

പിടിവള്ളി

നിന്നുതിരിയുന്ന നിലം
ഇളകിയൂർന്ന് ചതുപ്പാവുന്നു.
ആണ്ടുപോകുന്നതിനുമുമ്പ്
പിടിവള്ളി തേടി.

ഇല്ല, ഒന്നുമില്ല
ഒരു പുൽക്കൊടിത്തുമ്പുപോലും,
എവിടെയും.

പെട്ടെന്നൊരു പാമ്പിന്റെ തല
നീണ്ടുവന്നു.
- "നിനക്കാശ്രയമായി ഒന്നുമില്ല
എന്റെ കൂടെ വരൂ"
എന്റെ കൈ കടിച്ചുവലിച്ച്
അതുപറഞ്ഞു.

- "നീ എവിടെ നിന്നു
വരുന്നു?"
- "ആകാശത്തുനിന്ന്
അല്ലാതെ പിന്നെ!"
അതെന്നെ ചുറ്റിവരിഞ്ഞു.

- "നീയെന്നെ എങ്ങോട്ടു
കൊണ്ടുപോകുന്നു?
നിന്റെ വാലറ്റമെവിടെ?"

- “നരകത്തിൽ
കുടുക്കിയിട്ടിരിക്കുന്ന
അവിടെ സ്വർഗ്ഗമുണ്ട്”

- “നീയെന്നെ എന്തിനു
പിടികൂടി?
കൊല്ലാനോ വളർത്താനോ?”

- “നരകത്തിൽ വളർത്തും
സ്വർഗ്ഗത്തിൽ കൊല്ലും”

ഇരയുടെ രഹസ്യം

ഇരകളാവുക അത്ര
എളുപ്പമല്ല;
ആകസ്മികവുമല്ല.

ഇരകൾക്ക്
വേട്ടക്കാരെപോലെതന്നെ
കൃത്യമായ ലക്ഷ്യങ്ങളും
പ്രവർത്തന പദ്ധതികളും
ഉണ്ടാവേണ്ടതുണ്ട്.

ഓരോ ഇരയും
ആദ്യത്തെ നീക്കത്തിൽ തന്നെ
തന്റെ ആത്മബലിയുടെ
മുഹൂർത്തം കുറിക്കുന്നുണ്ട്
ഉചിതമായ വഴിയും
പൊരുളും കണ്ടെത്തുന്നുണ്ട്.

നിസ്വത,
ഉദാത്ത പ്രണയം,
സ്നേഹം, വിശ്വാസം
അറിവ്, ഭാവന,
സ്വാതന്ത്ര്യം, സമത്വം...

ഒട്ടും വൈകാതെ തന്നെ
ഓരോ ഇരയും
അനന്യവും ചടുലവുമായ
നീക്കങ്ങളിലൂടെ

നിർവ്വഹണ നിമിഷത്തിൽ
എത്തിച്ചേരുന്നു.

ചൂണ്ടക്കൊളുത്തിലേക്ക്
കുരമ്പിലേക്ക്
കത്തിമുനയിലേക്ക്
വെടിയുണ്ടയിലേക്ക്
കുരിശിലേക്ക്
കഴുമരത്തിലേക്ക്
വിഷക്കോപ്പയിലേക്ക്
ഗ്യാസ് ചേമ്പറിലേക്ക്.

യാതൊരു ക്ഷമാപണവുമില്ലാതെ
ഒഴിവുകഴിവുകളില്ലാത്ത
നിർഭയമായ
രക്തസാക്ഷിത്വത്തിലേക്ക്.

ഈ രഹസ്യം
കൈമോശം വന്നവർ
ഇരകളാക്കപ്പെടുകയില്ല;

അവർ വേട്ടക്കാരോ
അവരുടെ പട്ടികളോ ആകുന്നു,
വിജയികളായി ജീവിക്കാൻ
വിധിക്കപ്പെടുന്നു.

രാഷ്ട്രീയം

പാർട്ടി നിരോധിക്കപ്പെട്ടപ്പോൾ
ഒളിവിൽ പോയി
പോലീസും ഒറ്റുക്കാരും
പിറകിലുണ്ടായിരുന്നു
ജനങ്ങൾ സഖാക്കളെ
കൺമണികൾ പോലെ
സൂക്ഷിച്ചു സംരക്ഷിച്ചു.

പാർട്ടി ജയിച്ചപ്പോൾ
ജനങ്ങൾ ആഘോഷിച്ചു
പോലീസും പഴയ ഒറ്റുകാരും
മുന്നണിയിൽ ചേർന്നു.

പാർട്ടി പിളർന്നപ്പോൾ
സഖാക്കൾ ചേരിതിരിഞ്ഞ്
പരസ്പരം പോരടിച്ചു
പോലീസും ഒറ്റുകാരും
പ്രോത്സാഹിപ്പിച്ചു
ഓരോ കൂട്ടർക്കും
പുതിയ ബന്ധുക്കളുണ്ടായി
പുതിയതരം ഇടപാടുകളും
ജനങ്ങൾ അകന്നു.

പാർട്ടി തോറ്റ പ്പോൾ
പാർട്ടി മാത്രം തോറ്റു
ജനങ്ങൾ വ്യസനത്തോടെ
കണ്ടു നിൽക്കുന്നു

പേടി

കല്പനാ ടാക്കീസ്
അവസാനത്തെ ഷോ കഴിഞ്ഞ്
എന്നന്നേക്കമായി അടച്ചുപൂട്ടിയ
ആ വൈകുന്നേരത്ത്
അതിന്റെ പേരിലൊത്തുകൂടലിന്
നീയെന്നെ വിളിച്ചപ്പോൾ
എനിക്കുവരാനായില്ല.

വർഷങ്ങളുടെ വിദേശവാസം കഴിഞ്ഞു
തിരിച്ചെത്തിയതായിരുന്നു നീ
ആരിൽ നിന്നോ എന്റെ നമ്പർ
തേടിപ്പിടിച്ചു വിളിച്ച് നീ പറഞ്ഞു:
എല്ലാവരുമുണ്ടിവിടെ
നമ്മുടെ പഴയ കൂട്ടം -
ഓപ്പറേറ്റർ സുരേഷ്, ഫിലിം
ക്ലബ്ബിന്റെ ദാസൻ, കവി ദിവാകരൻ...
സംസാരിച്ചിരിക്കാം ഒത്താൽ
കവിത കേൾക്കാം പിരിയാം...
വേഗം വാ, ഇവിടെ ടാക്കീസിനു
തൊട്ടടുത്ത 'സിറ്റി' ബാറിൽ.

നീ ഒന്നുകൂടി പറഞ്ഞു:
ബാറും ഇന്ന് അടക്കുന്നു
മുനിസിപ്പാലിറ്റിയുടെ നോട്ടീസ്
കിട്ടിയിട്ടുണ്ടത്രേ
അതും ഒരു നിമിത്തമായി.

വർഷങ്ങൾക്കിപ്പുറത്ത്
ശബ്ദംകൊണ്ടുമാത്രം
തിരിച്ചറിയാവുന്ന അടുപ്പമുള്ള നമ്മൾ
നിന്റെ വിളിവന്നതും
ഞാൻ വല്ലാതെയായി
ഒരുവേള എന്റെ സംസാരശേഷി തന്നെ നഷ്ടമായി.

കല്പനാ ടാക്കീസ് ഇല്ലാതായിരിക്കുന്നു
നമ്മുടെ നഗരദിനരാത്രങ്ങളെ
എത്രയോ കാലം വർണ്ണാഭമാക്കിയ
വെള്ളിത്തിരശ്ശീല മാഞ്ഞ്
ഇരുളിലായിരിക്കുന്നു
ചിരകാലം നമ്മളൊന്നിച്ച്
സിനിമയിൽ ജീവിച്ച
കല്പനാടാക്കീസ്
ഗൃഹാതുരതയുണർത്തുന്ന
ഒരനർഘമുഹൂർത്തത്തിലേക്കായിരുന്നു
നീയെന്നെ വിളിച്ചത്
പക്ഷേ എനിക്ക്
അതിനൊത്തുയരാനായില്ല;
എനിക്കതിനായില്ല.

പഴയകാലം മുതലേ
എന്നെയറിയുന്ന നീ
എന്റെ മനസ്സുവായിച്ചെട്ടുത്ത
വണ്ണം പറഞ്ഞു:
ഒട്ടും പേടിക്കേണ്ട
ഇവിടെയങ്ങനെയൊന്നുമില്ല
റിസപ്ഷനിലെത്തിയാൽ മതി
ഞാനവിടെ നിൽക്കാം
ധൈര്യമായിട്ടു വാ.

ഒരുവേള ഞാൻ സമ്മതം
മൂളിയെങ്കിലും
എനിക്കവിടെ വരാനായില്ല.

മദ്യശാലയാണെങ്കിലും
സ്വാദിഷ്ടമായ ഭക്ഷണത്തിനായി
അവിടെ കയറുന്ന ചില
സുഹൃത്തുക്കളെ കണ്ടിട്ടുണ്ട്
പാർട്ടിഫണ്ടുപിരിവിന്
നേതാക്കളോടൊപ്പം
ഒരിക്കലവിടെ റിസപ്ഷനോളം
കയറിപ്പോയിട്ടുണ്ട്

എന്നിട്ടും എനിക്ക്
അന്നവിടെ വരാനായില്ല
എന്റെ അഭാവം നിന്നെ
വിഷമിപ്പിച്ചുവോ?

അതുകൊണ്ടായിരിക്കാം
നീയതിനുശേഷം
എന്നെ വിളിച്ചതേയില്ല
അന്നത്തെ ജാള്യതയിൽ
എനിക്കും നിന്നെ വിളിക്കാനോ
കാണാനോ കഴിഞ്ഞില്ല
നിന്നെക്കാണാനും മിണ്ടാനും ലഭിച്ച
അവസാന സന്ദർഭമായിരുന്നു അത്.

എന്റെ ഭീരുത്വം
അതു നഷ്ടപ്പെടുത്തി
ഭീരുത്വം തന്നെയായിരുന്നു അത്.
മാന്യതയെന്നോ സദാചാരമെന്നോ
പറയുന്ന സംഗതികളുടെ പേരിൽ

പിടികൂടിയ പേടിയുടെ നിഴൽപാടുകൾ
എന്തിനു പറയുന്നു
ഓണം നാളിൽ
മുറ്റത്തെ തെങ്ങിന്റെ മധുരക്കള്ള്
സ്വാദുനോക്കാൻ
ചെത്തുകാരൻ വച്ചുനീട്ടിയപ്പോൾ
തട്ടിക്കളഞ്ഞത്.

സ്കൂൾ വാർഷികത്തിന്
നാടകവും നൃത്തവും കഴിഞ്ഞ്
വൈകി ഒന്നിച്ചുമടങ്ങുമ്പോൾ
ഉമ്മ ചോദിച്ച കൂട്ടുകാരിയിൽ നിന്നും
മുഖം തിരിച്ചത്...
അങ്ങനെയെന്തെന്തെല്ലാം...
എന്തൊരുജന്മം !

കല്പനാടാക്കീസ്
ഇല്ലാതായിരിക്കുന്നു
അതിന്റെ പഴയകെട്ടിടവും
റിയൽ എസ്റ്റേറ്റ് കമ്പനി
പൊളിച്ചുനീക്കിയിരിക്കുന്നു
'സിറ്റി'ബാറും ഇനി
ഇല്ലാതായിരിക്കാം
അതല്ലെങ്കിൽ
കോടതിവഴിക്കോ മറ്റോ
അതു തുറന്നു പ്രവർത്തിച്ചേക്കാം.

പക്ഷേ ഇനിയൊരിക്കൽ
അങ്ങനെയൊരൊത്തുകൂടലിന്
സ്നേഹപൂർവ്വം വിളിക്കാൻ നീയില്ല.

നിന്റെ അപകടമരണ
വാർത്തയുമായി
മറ്റൊരു വിളി വന്നിരിക്കുന്നു.

എന്തുപറയട്ടേ ഞാൻ...
മാപ്പുതരിക
പ്രിയപ്പെട്ടവനേ...

നിന്റെ തുന്നിക്കെട്ടിയ
ആ ശരീരം കാണാൻ
ഇനി ഞാൻ വരുന്നില്ല.

അല്ലെങ്കിൽതന്നെ
ഞാൻ ജീവിച്ചിരിക്കുന്നു
വെന്നതിന്ന്
എന്തുണ്ട് തെളിവ്!

ചില പേടികൾ
നരഭോജികളാണ്
അവ നമ്മെ
ജീവനോടെ
തിന്നുതീർക്കുന്നു.

യുക്തി

ജാതകവശാൽ തന്നെ
ചിലർ യുക്തിവാദികളാണ്.

അവർക്കായി ദൈവം
ഗ്രഹനിലകളെല്ലാം
അനുകൂലമാക്കിവെക്കുന്നു
സ്കൂൾ പഠനകാലത്തു തന്നെ
എ.ടി. കോവൂർ, കുറ്റിപ്പുഴ കൃഷ്ണപ്പിള്ള
ഇടമറുക്, പവനൻ
തുടങ്ങിയവരുടെ ലേഖനങ്ങളും
ഗ്രന്ഥങ്ങളും ലഭ്യമാക്കുന്നു.

ഏതു കാര്യത്തിലും
സ്വയം ബോധ്യപ്പെടാനും
മറ്റുള്ളവരെ ബോധ്യപ്പെടുത്താനുമുള്ള
തക്കതായ ഓരോ യുക്തികൾ
അപ്പപ്പോൾതോന്നിക്കുന്നു.

ജോലി, ശമ്പളം
കുടുംബം കുട്ടികൾ എന്നിങ്ങനെ
അല്ലലും ഭയവുമില്ലാതെ
യുക്തിവാദം പറയുവാനുള്ള
ചുറ്റുപാടുകൾ ഒരുക്കിക്കൊടുക്കുന്നു.

ഭൂത പ്രേത പിശാചുക്കളേയും
ദിവ്യാത്ഭുത ദൃഷ്ടാന്തങ്ങളേയും
അവരുടെ മാർഗ്ഗത്തിൽനിന്നും
മാറ്റി നിർത്തുന്നു.

അവർ വിശ്വാസികളാകണമെന്നോ
ആരാധിക്കണമെന്നോ ഉള്ള
ഒരു ദുശ്ശാഠ്യവും
ദൈവം പുലർത്തുന്നില്ല.

തീർത്ഥാടന കേന്ദ്രങ്ങളിൽ
അവർക്ക് പ്രകൃതി ഭംഗി
ശില്പസൗന്ദര്യം തുടങ്ങിയവ
ആസ്വദിച്ച് കടന്നുപോകാൻ
സാധിതമാകുന്നു.

അവരുടെ വീട്ടുകാർ
മരണമടയുമ്പോഴേക്കും
മതചടങ്ങുകളേതുമില്ലാതെ
സ്വർഗ്ഗത്തിലോ നരകത്തിലോ
മോക്ഷപ്രാപ്തിയിലോ
എത്താനുള്ള
എല്ലാ ക്രമീകരണങ്ങളും
ദൈവം ചെയ്തുവെക്കുന്നു.

അവർ മരിക്കുമ്പോഴാണ്
അപ്പോൾ മാത്രമാണ് പ്രശ്നം.

മരിക്കേണ്ട താമസം
അവരുടെ മക്കളോ ബന്ധുക്കളോ ചേർന്ന്
എല്ലാ ദൈവങ്ങളെയും
വിളിച്ചുവരുത്തി
പരിഹാരക്രിയകളാരംഭിക്കുന്നു.

പോത്ത്

മഹിഷമെന്നു വിളിക്കുവിൻ
അസുരനല്ല, ഭൂദേവനാണ്
പേരു ഞാൻ സംസ്കൃതമാക്കി
ദേവനാഗിരിയിലാണെഴുതുക.

നശിച്ച നാട്ടു ഭാഷയിലെ
പോത്തു തന്നെ,
പതിവ്രതകളായ
പതിനായിരം എരുമകളുടെ
മഹാലിംഗനാം കണവൻ.

മഹത്വമാർന്ന പലതുണ്ട്
നാവിൻ തുമ്പിൽ :
മഹിഷവംശ മഹനീയത
വിശ്വ മഹിഷ മഹാസഖ്യം
മഹിഷ സാമ്രാജ്യ മഹാധിപത്യം...

വർണ്ണസങ്കര മഹാ വിരോധി ഞാൻ
പ്രണയാന്തക ഭൂതഗണം
ലക്ഷത്തി മുപ്പത്തി മുക്കോടികളുടെ
സദാചാര സൈനികൻ.

നഗരത്തെരുവെന്റെ പോർക്കളം
മൈതാനമെല്ലാ മെനിക്കു
മദിച്ചു പുളയ്ക്കാനുള്ള കുളം
വയലെല്ലാമെനിക്കു
മത്സരിച്ചോടാനുള്ള കമ്പളം.

നാലു വേദങ്ങളും
ഓതിക്കേട്ടു മറന്നു
തഴമ്പിച്ച കാതുകൾ.

കാലനും കാലന്റെ കാലനും
എന്റെ സ്വന്തം കാലനും
കയറിയിറങ്ങുന്ന മുതുക്.

ഏതോ പെരുന്നാളിന്
നേർച്ചയുറപ്പിച്ച ഇറച്ചി.

ഏതോ വലിയ യന്ത്രത്തിൽ
അരഞ്ഞു പൊടിയാനുള്ള
എല്ലും തലയോട്ടിയും.

സ്വപ്നത്തിലും

ഉണർന്നാലും സ്വപ്നങ്ങൾ
എന്റെ ഓർമ്മയിലുണ്ടാകും
അവയിൽ ചിലത്
എന്റെ കവിതയിലും
കയറിവരുന്നു.

സ്വപ്നങ്ങൾ മറ്റൊന്നുമല്ല
ജീവിതത്തിന്റെ നിഴലുകളാണവ
ഭൂതകാലത്തിന്റെ
മങ്ങിയ നിറമാണവയ്ക്ക്.

ചിലപ്പോൾ മാത്രമവ
വർത്തമാനത്തെ തൊടുന്നു
ഭാവിയിലേക്ക് എത്തിനോക്കുന്നു.

പലതരമുണ്ട് സ്വപ്നങ്ങൾ
കളിയിലും കാഴ്ചയിലും
ഒരൊറ്റ നിമിഷാർദ്ധത്തിൽ
പൂർത്തിയാവുന്നവയാണ് ഒരു തരം
അതല്ലെങ്കിൽ രാത്രിയുടെ
ഏതോയാമത്തിൽ അരങ്ങിലെത്തി
നേരം പുലർത്തുന്നവ.

ഉറങ്ങിയുമുണർന്നും നീളുന്ന
രാത്രികളിൽ
ഖണ്ഡശ്ശയായി തുടരുന്നവ വേറെ.

അതുമല്ലാതെ
ദിവസങ്ങളോളം ആവർത്തിച്ച്
മങ്ങിത്തെളിഞ്ഞ്
നീണ്ടുനിൽക്കുന്നവയുമുണ്ട്.

എല്ലാറ്റിനും പൊതുവായ തൊന്നുണ്ട്
എപ്പോഴുമവയെന്റെ
സ്വന്തം പങ്കപ്പാടുകൾ
ഓർമ്മിപ്പിച്ചുകൊണ്ടിരിക്കുന്നു.

മറികടക്കാനാവാത്ത കടമ്പകൾ
കെട്ടിവരിയുന്ന വലക്കുരുക്കുകൾ
അപകർഷത മാത്രമുണർത്തുന്ന
കടപ്പാടുകൾ
തോൽവികളിൽ മാത്രമൊട്ടുങ്ങുന്ന
മത്സരങ്ങൾ
ന്യൂനപക്ഷത്തു തന്നെ
നിർത്തുന്ന തെരഞ്ഞെടുപ്പുകൾ.

നിലയില്ലാത്ത ഗർത്തങ്ങളിലേക്കുള്ള
വീഴ്ചകളാണ് മറ്റൊരു സ്വപ്നം
അപ്പോൾ മാത്രം കൂട്ടുവരുന്ന
കട്ടും വർണ്ണങ്ങൾ
നിലവിളിയോടെ
ഞെട്ടിയുണർത്തുന്നവ.

സ്വാസ്ഥ്യം തോന്നിപ്പിക്കുന്ന
സന്ദർഭങ്ങളേയില്ലെന്നല്ല
ആസ്പത്രിക്കട്ടിലിൽ മരുന്നു
കുത്തിവെച്ചുള്ള കിടപ്പാണത്.
അതോ മോർച്ചറിയിലോ!

ശിക്കാർ

പബ്ലിക്ക് സ്കൂളിൽ
ഇടനേരത്തിനുബെല്ലടി കേൾക്കേ
മൂത്രപ്പുരയെ ലക്ഷ്യംവെച്ച
കുതിച്ചോടുന്ന തിരക്കിന്നിടയിൽ
ഒരു വെടി പൊട്ടുന്നു.

ഹെഡ് മിസ്ട്രസ്സിൻമുറിയി-
ലതല്ലാ സ്റ്റാഫ്റൂമതിലോ
എട്ടാംക്ലാസിൽ
ഒമ്പതിൽ പത്തിൽ
പീട്ടീറൂമിൽ ലാബ്രട്ടറിയിൽ
അങ്ങനെ ശങ്കയിൽ
മാഷന്മാരും ടീച്ചർമാരും
ക്ലാർക്കും ബെല്ലടി പീയൂണുകളും
തെക്കുവടക്കുപരക്കംപായേ
ചത്തുമലച്ചൊരു തത്തയുമായി
ഞാനാഗതനായ്ഷൂട്ടിങ് വീരൻ.

സിനിമാശാലയിൽ
ഇടനേരം 'കഥയിനിയും
തുടരും' എന്നതുതെളിയെ
ഐസ്ക്രീം നുണയാൻ
പപ്സുസമോസ കടിച്ചുപറിക്കാൻ
ധൃതിയിലിറങ്ങേ
ഒരു വെടിപൊട്ടുന്നു;
ഒപ്പമലർച്ച.

സിനിമയിലല്ല
പുറത്താണൊച്ച
യതല്ലയകത്താണെന്ന
പരസ്പര ശങ്കയിലാളുകൾ
നിന്നുകുഴയ്ക്കേ
ഞാനെത്തുന്നു
ബാൽക്കണി സീറ്റിലതിക്രമിയായി
കയറിക്കൂടിയ പട്ടിയതിന്റെ
ശരീരവുമായി.

ഇടനേരത്ത്
ഒന്നാംവിളിയിൽ
കേസുകൾ മാറ്റിയ
കോടതിവിട്ടു
ജഡ്ജിയിറങ്ങിപ്പോകെ
ഒരു വെടിപൊട്ടുന്നു.

ഹാളിലതല്ല
പുറത്തു തിരക്കിൽ
അങ്ങനെയിങ്ങനെ ശങ്കപരക്കേ
ഞാനെത്തുന്നു
പോലീസ് കസ്റ്റഡി ചാടിപ്പോമൊരു
പ്രതിയെയുമായി.

ഇടനേരത്ത്
ലോകസഭയിൽ
സീറോ അവറിൽ
മറുപടിയില്ലാ പ്രതിപക്ഷങ്ങൾ
കലമ്പിയിറങ്ങേ
ഒരുവെടിപൊട്ടുന്നു.

സഭയിലതല്ല ട്രഷറി ബെഞ്ചിൽ
ഗാലറി തന്നിൽ
പുകപടരുന്നു, പുറത്ത്
സെക്യൂരിറ്റികൾ വെപ്രാളത്തിൽ
അലറിവിളിച്ചു
പിരാകിനടക്കേ
ഞാനെത്തുന്നു
കയ്യിലൊരുഗ്രൻ തീവ്രവനുമായി.

ഇടനേരത്ത്
ചാനൽചർച്ചകൾ
പകുതിയിൽ നിർത്തി
അവതാരകനൊരു
ബ്രേക്കുകൊട്ടുക്കേ
ഒരു വെടിപൊട്ടുന്നു.

സ്റ്റുഡിയോ ഹാളിലതല്ല
പുറത്തിടനാഴിയിൽ
അപ്പുറമിപ്പുറമേതോ
ടിവിപ്പെട്ടിയില്ലുള്ളൊരു
പ്രോഗ്രാമാണോ,
അങ്ങനെയിങ്ങനെ
ശങ്കപെരുക്കെ
കാണുന്നാരോ ക്യാമറമുന്നിൽ
എന്നുടെ മുഖമൊരു
വെടിയുണ്ടയുമായ്.

മതിപ്പ്

വണ്ടിയിറങ്ങിയ ഉടനെ
ഏറ്റവുമടുത്തുകണ്ട ലോഡ്ജിൽ
ഒറ്റമുറിയെടുത്തു.

ലിഫ്റ്റ് ഏറ്റവുമുയരത്തിലേക്കു കുതിച്ചു
മുറിയിൽ കയറി
ഉടുപ്പുകളെല്ലാം
അഴിച്ചു മാറ്റി
നവ സ്വതന്ത്ര രാജ്യങ്ങളിലൂടെ
കണ്ണോടിച്ചു, കൈകളും.

മതിപ്പു തോന്നിയില്ല.

കണ്ണാടി എല്ലാം കാണുന്നുണ്ടായിരുന്നു
ഒരുപക്ഷേ ഒളിക്യാമറയും.

ജനാല തുറന്നു
പുറത്ത് സ്റ്റേഡിയം ഗ്രൗണ്ടാണ്
സുപ്രഭാതം പൊട്ടിവിടരുന്നേയുള്ളൂ
സവാരിക്കാരുടെയും
പോലീസുകാരുടെയും
കവാത്തു കണ്ടു
സ്റ്റേഡിയത്തിനു പുറത്ത്
നാടോടികളുടെ തമ്പിൽ
വഴക്കിടുന്ന സ്ത്രീയും പുരുഷനും.

മതിപ്പു തോന്നിയില്ല

ജനലടച്ച പിറന്നപടി കിടന്നുറങ്ങി
കണ്ണാടി എല്ലാ കാണുന്നുണ്ടായിരുന്നു
ഒരു പക്ഷേ, ഒളിക്യാമറയും

ഉറക്കമുണർന്നു
ജനൽ തുറന്നു
പുറത്ത് ഉച്ചവെയിലാണ്
സ്റ്റേഡിയം ഗ്രൗണ്ട് വിജനം.

നാടോടികളുടെ തമ്പിൽ
ഒറ്റയ്ക്ക് ഒരു കുഞ്ഞ്
നിലവിളിക്കുന്നു.

മതിപ്പുതോന്നിയില്ല

ജനൽ അടച്ചു
അഴിച്ചു മാറ്റിയ വിഴുപ്പുകൾ തന്നെ
വീണ്ടും എടുത്തണിഞ്ഞു
പുറപ്പെട്ടു.

കണ്ണാടി എല്ലാം കാണുന്നുണ്ടായിരുന്നു
ഒരുപക്ഷേ ഒളിക്യാമറയും.

പിൻവിളി

ഓരോ പുതുകാൽ വെപ്പിലും
പിൻ വിളിയുണ്ട്,
പുറപ്പെട്ടുപോകുന്നവരെല്ലാം
അതു കേൾക്കുന്നു.

അടുക്കളയിൽ നിന്നും
അരങ്ങത്തേക്കു കാൽവെക്കുമ്പോൾ
പൂണൂൽ പൊട്ടിച്ചെറിയുമ്പോൾ
മിശ്രവിവാഹത്തിനൊരുങ്ങുമ്പോൾ
സമരമുന്നണിയിൽ നിൽക്കുമ്പോൾ

മാപ്പെഴുതിക്കൊടുക്കാതെ
ജയിലിൽ കഴിയുമ്പോൾ
ഒളിവിൽ പോകുമ്പോൾ
അതു മുഴങ്ങുന്നുണ്ടായിരുന്നു.

ഒരു കാവൽ നായയെപ്പോലെ
അതു പിന്തുടരുന്നു

കടിച്ചുവലിച്ചു തിരിച്ചു
കൊണ്ടുപോകുന്നു.

അമ്മവീട്ടിലേക്ക് മറക്കുടയിലേക്ക്
കുടുംബ സ്വാസ്ഥ്യത്തിലേക്ക്
ജാതിമതയോഗ സഭകളിലേക്ക്
അമ്പലശാന്തിയിലേക്ക്.

പുറപ്പെട്ടു പോകുന്നവൻ
അതിർത്തികടക്കണം
അതിനപ്പുറം കയറിപ്പോകണം,
അതല്ലെങ്കിൽ മരിക്കണം.

ചാവേറുകൾ അതു
മറികടന്നു പോകുന്നു
രക്തസാക്ഷികൾ അതിൽനിന്നു
രക്ഷനേടുന്നു.

പച്ച

ഒരു പച്ചക്കുതിരയാണു നീ
പച്ചപ്പിൽ നീ
ഒളിച്ചു കളിക്കുന്നു.

പച്ച ഉടൽ
പച്ചകൊണ്ടു കറുപ്പിച്ച
മുടിയിഴകൾ
പച്ചതേച്ചു വെളുപ്പിച്ച
പല്ലുകൾ
പച്ചതൊട്ടു ചുടുപ്പിച്ച
കവിളുകൾ
പച്ച കണ്ടു തിളങ്ങുന്ന
കണ്ണുകൾ

പച്ച ഹൃദയം
പച്ച രക്തമോടുന്ന
സിരകൾ ധമനികൾ

പച്ചക്കടലിളകുന്ന കാമം
പച്ച കവിയുന്ന
നിന്റെ കവിത

പച്ച തന്നെയാണു നീ
എന്റെ കവിതയുടെ
പാഴിലകളെ
നീ പച്ചയാക്കുന്നു
കാടു പിടിപ്പിക്കുന്നു.

നഗരങ്ങളുടെ മരണം

നഗരങ്ങൾക്കും മരണമുണ്ട്
നദികൾക്കും കാട്ടുകൾക്കും മാത്രമല്ല
നമ്മുടെ കൊലയാളി നഗരങ്ങൾക്കും
മരണമുണ്ട്.

യുദ്ധങ്ങളിൽ ബോംബ്വപൊട്ടിയും
വർഗ്ഗീയലഹളയിൽ തീപ്പെട്ടും മാത്രമല്ല
സ്വന്തം കട്ടുംകൈകളുടെ
പരിണിതികൊണ്ടും
നഗരങ്ങൾ മരിക്കുന്നു

ഒരു നീർച്ചോലയെ കൊന്ന്
കുഴിച്ചിട്ട നഗരം
കുടിവെള്ളമില്ലാതെ
ദാഹിച്ചുമരിക്കുന്നു

ഒരു പച്ചക്കാടിനെ കൊന്ന്
വികസിച്ച നഗരം
കൊട്ടും ചൂടിൽ വെന്തുമരിക്കുന്നു

ഒരു പുഞ്ചവയലിനെ കൊന്ന്
കളിച്ചുതിമർത്ത നഗരം
ക്ഷാമംകൊണ്ടു
വിശന്നു മരിക്കുന്നു

ഒരു നാട്ടുപാട്ടിനെ കൊന്ന്
കീറിമുറിച്ചാഹ്ലാദിച്ച നഗരം

സ്നേഹത്തിന്റെ ഒരു വാക്കുകേൾക്കാനില്ലാതെ
ശ്വാസംമുട്ടി മരിക്കുന്നു.

നഗരങ്ങൾ അവയുടെ
കർമ്മ പാപങ്ങൾക്കു
കണക്കു പറഞ്ഞു മരിക്കുന്നു.

അപമൃത്യു

ഏതോ അപമൃത്യുവിനിരയായ
ചെറുപ്പക്കാരന്റെ വീട്ടുമുറ്റത്ത്,
വിവരമറിഞ്ഞെത്തിയ നാട്ടു കൂട്ടത്തിനിടയിൽ
കലങ്ങിയിരുണ്ട ഒരു രാത്രിക്കു
കാവൽ നിൽക്കുകയാണ്, ഞാൻ.

മരണവീട്ടുകാർ വിവരമറിഞ്ഞോയെന്നറിയില്ല
അകത്തുകയറി അന്വേഷിക്കാൻ ധൈര്യമില്ല
അതിനുള്ള അടുപ്പവുമാർക്കുമില്ല.

അടഞ്ഞുകിടക്കുന്ന വീടിനകത്ത് പാതിരാത്രിയിലും
മങ്ങിയൊരു വെളിച്ചം മിന്നിനിൽക്കുന്നതു
ജനൽ ചില്ലിലൂടെ കാണാവുന്നുണ്ട്.

തേങ്ങിക്കരച്ചിൽ പോലെന്തോ പതിഞ്ഞ
ശബ്ദത്തിൽ ഇടയ്ക്കിടെ പുറത്തേക്ക് കേൾക്കാവുന്നുണ്ട്
മരണം വീട്ടിലല്ല സംഭവിച്ചത് ;
മറ്റെവിടെയോ ആണ്.

എവിടെ വെച്ച്, എങ്ങനെയെന്നൊന്നും
പക്ഷേ, വ്യക്തമല്ല
മരിച്ചുവെന്ന വിവരം മാത്രം
ആർക്കെല്ലാമോ ലഭിച്ചിട്ടുണ്ട്.

വിദേശങ്ങളിലുള്ള ആളുകളാരോ
പുറത്തു വിട്ടതാണ് ഫേസ് ബുക്കിലോ
വാട്ട്സ് ആപ്പിലോ വന്ന ഫോട്ടോയടക്കമുള്ള പോസ്റ്റാണ് ;
അവിടെയും പക്ഷേ, വിശദാംശങ്ങളില്ല.

എങ്ങനെയും മരണപ്പെടാൻ
അർഹതയുള്ളവനാണ് കക്ഷിയെന്ന
ധ്വനി വന്നുകൂടിയവരുടെ വാക്കുകളിലുണ്ട്.

ആളൊരു തീവ്രവാദിയും യുക്തിവാദിയുമാണ്
അർബൻ നക്സലെന്നു
സ്വയം വിളിച്ചുപറഞ്ഞു പോസ്റ്റിട്ടവനാണ്
എന്തൊക്കെയോ എഴുതിവിടുന്നവനാണ്
ഭരിക്കുന്നവരെ എതിർക്കുക ശീലമാക്കിയവനാണ്
ജീവിതം ഗുണം പിടിക്കാത്തവനാണ്
പ്രേമം പൊളിഞ്ഞു നിരാശപിടിച്ചവനാണ് ....

ആത്മഹത്യചെയ്യാൻ ഏറെ സാധ്യതയുള്ളവനാണ്
ഒടുവിൽ ഇങ്ങനെ അവസാനിച്ചത്
സ്വാഭാവികമെന്നൊരു ഗുണപാഠവും.

മരണം അപകടമോ,
അതോ, കൊലപാതകമോയെന്നത്
ഇപ്പോഴുമറിവായിട്ടില്ല,
ആൾക്കൂട്ടത്തെരുവിലോ പോലീസ് ലോക്കപ്പിലോ
എവിടെയുമാകാം.

വെട്ടേറ്റു മുറിഞ്ഞോ ചവിട്ടേറ്റ് ചതഞ്ഞോ
മരണം പൂകിയത്?
എങ്ങനെയുമാകാം.

എവിടെ മൃതദേഹം ?
അത് മരണവഴിയിൽ വീണുകിടപ്പാണോ
ആസ്പത്രിയിലോ മോർച്ചറിയിലോ സൂക്ഷിപ്പാണോ
അതിനി ബാക്കിയിരിപ്പില്ലെന്നുണ്ടോ
അതോ നശിപ്പിക്കപ്പെട്ടോ എന്നതുമറിയില്ല.

മരിച്ചുവെന്നേ അറിവായിട്ടുള്ളൂ,
മറ്റെല്ലാം വഴിയേ വൈകാതെ
അറിവാകാതെയിരിക്കില്ലെന്ന
പ്രതീക്ഷയിലാണെല്ലാരും;
ഏതാനും നിമിഷങ്ങളിൽ
അല്ലെങ്കിൽ ഏതാനും നാഴികവിനാഴികകൾക്കകം
അതുമല്ലെങ്കിൽ ഈ രാത്രി വെളുക്കും മുമ്പേ
കഥയെല്ലാം വെളിപ്പെടുമിവിടെ.

പക്ഷേ രാത്രിയിതു വെളുക്കാതിങ്ങനെ-
യിരുളിൽ നീളുകയല്ലോ
അറിയാതെ മനസ്സിൽ വരുന്നൊരു
സംശയമുള്ളതു പറയാതെങ്ങനെ ?

വ്യാജങ്ങളുടെ കാലത്തിതുമൊരു
വ്യാജക്കേസായാലോ !
മരണത്തിന്നിരയാകാതവൻ
ബാക്കിയിരിപ്പുണ്ടെന്നോ,
എങ്കിലതൊന്നു കാണണമല്ലോ !

ഞങ്ങൾ പെട്ടെന്നിങ്ങനെ ഓരോനിലയിൽ
അസഹിഷ്ണുക്കളാകുമൊരാൾക്കൂട്ടം
ഇത്രയുമായ സ്ഥിതിക്കവൻ
ഇനിയും ഭൂമിയിൽ വേണോയെന്നൊരു
അശരീരിമുഴങ്ങിയതെങ്ങു നിന്ന് ?

അതുകേൾക്കേ വീടിനു നേർക്കു
ചിലർ അലറിപ്പാഞ്ഞു കുതിക്കുന്നു
ക്ഷണനേരം കൊണ്ടല്ലോ
ഒരു നാടിൻ അപമൃത്യു...

ശവാസനം

ആത്മശുദ്ധിക്കായുള്ള
ഒരു തീവ്ര യത്നത്തിലാണു ഞാൻ.

ആഹാരം പശുവിൻപാലും
പച്ചക്കറിയും മാത്രമാക്കി
അന്യജാതി സൗഹൃദങ്ങൾ ഒഴിവാക്കി
യൂണിയനിൽ നിന്നും രാജിവെച്ച
സ്വാമിയുടെ കോഴ്സിനുചേർന്ന്
യോഗാസനം തുടങ്ങി.

ശരീരശുദ്ധി പ്രധാനമാണല്ലോ
അരോഗ ദൃഢഗാത്രവും
തികഞ്ഞ നെഞ്ചളവുമാണല്ലോ
സമ്പാദ്യമാക്കേണ്ടത്,
അതിൽ തന്നെയാണല്ലോ ആത്മാവ്

സ്വാമിയുടെ കോംപ്ലക്സിൽ മാത്രമല്ല;
വീടുകൾ, കലാശാലകൾ,
ഗ്രാമ-നഗര മൈതാനങ്ങൾ...
എല്ലാം യോഗയിലാണ്
പൊരുളായ പൊരുളെല്ലാം
ശ്വാസത്തിലാക്കി
ഉപവിഷ്ടരാകുന്ന
ഉത്തമപുരുഷന്മാർക്ക്
മുക്തിമാർഗ്ഗങ്ങൾ ഏറെയാണ്!

ദഹനക്കേടിന് ശലഭാസനം
മനക്ലേശത്തിന് മത്സ്യാസനം
കോപശമനത്തിന് ശീർഷാസനം
നെഞ്ചുറപ്പിന് ധനുരാസനം
ലൈംഗികോർജ്ജത്തിന്
വീര്യസ്തംഭാസനം
ശീഘ്രസ്ഖലനത്തിന്
സർവ്വാംഗാസനം...

പുലർച്ചെയെഴുന്നേറ്റ്
പർവ്വതാസനവും
അശ്വസഞ്ചലനാസനവും ചേർത്ത്
സൂര്യനമസ്കാരം കഴിച്ച്
മുറ്റത്തെ പുൽത്തകിടിയിൽ
സുഖാസനത്തിലിരിക്കേയാണ്
ഗേറ്റിൽ ഫ്ളൈയിംങ് സ്ക്വാഡ്
എത്തിയത്.

വണ്ടിനിറയെ ദുർനടപ്പുകാരികളായ
തെരുവുസ്ത്രീകൾ.

എല്ലാ അറസ്റ്റുകൾക്കും
മാന്യതയുള്ള സാക്ഷിയായി
അതേയിരിപ്പിൽ ഒപ്പിട്ടുകൊടുത്തു.

രക്ത സമ്മർദ്ദത്തിനുള്ള
കൂർമാസനം കഴിഞ്ഞ്
വജ്രാസനത്തിലിരിക്കേയാണ്
തണ്ടർബോൾട്ടിന്റെ
സൈറൺ കേട്ടത്.

അവിടെയിരുന്ന തന്നെ
ആദിവാസി കോളനിയിലേക്കുള്ള
വഴി കാണിച്ചു തിരിച്ചുവിട്ടു.

കുടവയർ കുറക്കുന്നതിനുള്ള
പാദഹസ്താസനം ചെയ്ത്
പത്മാസനത്തിലിരിക്കെയാണ്
ആന്റിടെററിസ്റ്റ് സെല്ലിൽ നിന്നും
വിളിവന്നത്.

സമയം പാഴാക്കാതെ തന്നെ
മറ്റവന്മാരുടെ ചേരിയിലെ
രഹസ്യവഴികളെല്ലാം കാണിച്ച്
മെയിൽ ചെയ്തു.

പഞ്ചസാര നിയന്ത്രിക്കാനുള്ള
ഉഷ്ട്രാസനം കഴിഞ്ഞ്
നടുനിവർത്തുമ്പോഴാണ്
അപ്പുറത്തെ ബസ്സ്റ്റോപ്പിൽ
സദാചാര സൈനികരുടെ
നിഴൽ കണ്ടത്.

അവർക്കും അങ്ങനെയുള്ള
എല്ലാ പരിശുദ്ധാത്മാക്കൾക്കും
സ്വസ്തി നേർന്ന്
ആത്മവിശുദ്ധിയോടെ നിവർന്നുകിടന്ന്
പേശികളും വാശികളും സ്വതന്ത്രമാക്കി
ശവാസനത്തിൽ ഇതാ
യോഗനിദ്രയിലേക്കു കുതിക്കുന്നു.

●

www.ingramcontent.com/pod-product-compliance
Lightning Source LLC
LaVergne TN
LVHW060149051026
849517LV00007B/2600